በባህር አጠገብ ያለች ጥንታዊ ከተማ

ምዕራፍ 1. ካፒቴን ጆን ስሚዝ

የድሮ ከተማ ብዬዋለሁ ግን በአንፃራዊነት ያረጀ ነው ። አንድ ሰው ለጊዜው የምንንቀሳቀስበት የዚህ የምድር ንጣፍ ለመጥለቅ የሄዱትን ስፍር ቁጥር የሌላቸውን ምዕተ-ዓመታት ሲያንፀባርቅ ፣ በላዩ ላይ ያሉት በጣም ጥንታዊ ከተሞች ያለፈውን ሳምንት ሳምንት ብቻ ይመስላሉ ። ሌላኛው ቀን ብቻ ነበር ፣ ማለትም - ማለትም እ.ኤ.አ. ወንዝ የፍጥነትዌሩ ቁጥር ሠላሳ ወንዶች ፣ መኮንኖችና ሠራተኞች ሲሆኑ ፣ ሀያ ስድስት ቶን እና አሥራ ሦስት ሰዎችን መርማሪውን ለማቋቋም ነበረው ። ለአስራ ሁለት ማይልስ ወይም ከዚያ በላይ የ “ጎበዝ ወንዙን” ጠመዝማዛ ከተከተለ በኋላ ሁለቱ መርከቦች ወደኋላ ተመልሰው እንደገና ወደ ባህር ተጉዘዋል ፣ ይህም የጉብኝቱ ዋና ነገር ባለመሳካቱ የመድኃኒቱን የሳፍራስ ዛፍ ጭነት ማግኘት ፣ ቅድመ አያቶቻችን እንደሚያውቁት ከዛፉ ቅርፊት የሕይወትን ኤሊሲር ሊያቀልጠው ይችላል ።

ከወንዙ አፍ ሶስት ወይም አራት ማይል ርቀት ላይ በምትገኘው ፒሳታኳ በስተግራ በኩል በሆነ ጊዜ ነበር ፣ የሚገባ ብቁ ጌታ ከብዙ ማረፊያዎቹ ውስጥ አንዱን ያከናወነው ። ውብ የሆነው ጅረት በዚህ ቦታ ድንገት ይስፋፋል ፣ ከዚያም አረንጓዴ ባንኮች ፣ ከዚያም በ እንጆሪ ወይኖች አውታረመረብ ተሸፍነው እና ወደ ክሪስታል ውሃ ከንፈር በሚጋደለው መንገድ የደከሙትን መርከበኞች ማሸነፍ አለባቸው ።

አሳሾቹ በአንድ ሰፊ የኦክ ፣ የሃምሎክ ፣ የካርታ እና የጥድ ዳርቻ ላይ ተገኝተዋል; ግን ለመናገር -ዛፎች አላዩም ፣ አላገ ቸውምም — በጭራሽ ከጣዕማቸው ያነሰ እና - ቀይ ወንዶች። እዚህ እና እዚያ ህንዳውያን በፀደይ መጀመሪያ ላይ የሰፈሩበት የተበተኑ የእሳት አመድ እዚህ ተገኝተዋል; እነሱ በወቅቱ አልነበሩም ፣ በብር ወድቆ ፣ ከፍ ወዳለ ጅረት ከፍ ባለ ጊዜ ፣ በዚያ ወቅት ዓሣች በብዛት ነበሩ። በዱር አበባዎች ለስላሳ እስትንፋስ እና ለስላሳ የስፕሩስ እና የጥድ መጥፎ መዓዛዎች የተጨኔነው ለስላሳው ጁኒ ነፋሱ ፣ የተባዛውን ሰማይ በውኃ ውስጥ አጥለቀለቀው ፣ አዲሶቹ ቅጠሎች በዛፉ ጫፎች ላይ በጥሩ ሁኔታ ተፋጠጡ ፣ ወፎቹም

ያበዱ ይመስላሉ ። የ ‹› ድምፅ ወይም የሕይወት እንቅስቃሴ የፐሪምቫል ብቸኝነትን አልረበሸም ። ማስተር ፐሪንግ ዛሬ ወደዚያ ቢያርፍ ቦታውን በትክክል ይገነዘባል ።

ከአሥራ አንድ ዓመት በኋላ የፍጥነትዌል አዛ ን እጅግ በጣም ጥበበኛ ሰው በፒሳታኪ ውስጥ መልሕቅ ጣለ - የካፒቴን ጆን ስሚዝ ዝነኛ ትውስታ ። እጅ ለእጅ በእጅ በሚታገሉ ተዋጊዎች ላይ ቱርኮችን ከገደለ በኋላ በመገኘቱ ዓለምን ለማስጌጥ በተገኘበት ቦታ ሁሉ ሁሉንም ዓይነት ትዕቢታዊ ድርጊቶችን ከፈጸመ በኋላ ሁለት መርከቦችን ይዞ በድንጋዩ የድንጋይ ንጣፍ ላይ ወደሚገኙ ዓሳዎች መጥቶ ነበር ። ጥልቀት ያለው ዓላማ የጎረቤቱን የባህር ዳርቻ መስመሮችን እንዲመረምር አደረገው ። ከስምንት ሰዎች ጋር በአንድ ትንሽ ጀልባ በመርከብ ውስጥ ዓይኖቹን ክፍት በማድረግ ከፔኖብስኮት ባሕረ ሰላጤ እስከ ኬፕ ኮድን ዳርቻውን አቋርጧል ። ይህ ዓይኑን ክፍት ማድረጉ የትንሹ አለቃ ልዩነት ነበር። ምናልባትም የቤተሰብ ባህሪ ። የፈረስ መርከበኛው ፒየር ዴ ጓስት ፣ ሲየር ደ ሞንትስ ፣ በድንግዝግዝ የወፍ ዓይንን በጨረፍታ ያየውን እነዚህን “የደሴቶቹ አሴዝ ሃትስ” በአካል በመቃኘት የሾሎችን ደሴቶች በእውነቱ ያገኘ አንጥረኛ ነበር። እ.ኤ.አ. በ 1605 ካፒቴን ስሚዝ የቡድኑን ስሚዝ ደሴቶች ያጥለቀለቃል ፣ ይህም ትውልዶች በምስጋና ነጠላ ጽናት ችላ ብለውታል ። ለብዙ ዓመታት ጆን ስሚዝ ለማስታወስ ቀላል በሆነ የእብነ በረድ ዘንግ በኮከብ ደሴት ላይ ለመቆም ራሱን የገለጸ የዘገየ የፍትሕ ስሜት ነበር! ምናልባትም ይህ ረጅም መዘግየት ሀውልቱን አሻሚ በሆነ መንገድ ለመሰየም በተፈጥሮ ማመንታት ተብራርቷል ።

ዘመናዊው ጄሰን በበኩሉ በገዛ አገሩ ምንም ዓይነት ሁኔታ ቢከሰትበት በአገሩ ምንም ዓይነት ክብር አልነበረውም ፣ ምክንያቱም ገጣሚው ጆርጅ ዊተር “ስለ አዲሱ የእንግሊዝ አገላለጽ ለጓደኛው አለቃ ስሚዝ” ብዙ የደመቁ ግጥሞችን ቅጅ ተናግሯል ። .” “ጌታዬ” ይላል -

“ጌታዬ-ግንኙነቶችዎ እኔ አንብቤአለሁ-የትኛው ያሳያል
እኔ እና እነሱን ማክበር ያለብኝ ምክንያት
እና የእነሱ ትርጉም ከተረዳሁ ፣
ስለዚህ ለመተቸት ደፍሬያለሁ-የፕሮጀክትዎ ጥሩ ነው ።

እና (ተከታይ ከሆነ) ጥርጣሬውን ማቆም ይችላል
በክብር ፣ በደስታ እና በተንቀጠቀጠ ትርፍ
ከሚመጣው ጥቅም ጎን ለጎን
የእኛን ትውልድ የበለጠ ደስተኛ ለማድረግ ”

የዚህ የባህራችን ክፍል ቀደምት ካርታ በአሳሪ ተዘጋጅቶ ለልዑል ቻርለስ ፊትለፊት ለሀገሪቱ ስም እንዲሰጣት ጠየቀ ። አዲስ እንግሊዝን ቀበረው ። በዚያ አስደናቂ ካርታ ውስጥ የፖርትሞዝ ቦታ የጥሪ እቅፍ ነው ፣ እና ኪትሪ እና ዮርክ ቦስተን በመባል ይታወቃሉ።

የላኮኒያ ኩባንያ የፒሳታኳን ባንኮች ለእርሻቸው መምረጡ ለካፒቴን ጆን ስሚዝ ወደ እንግሊዝ በመመለሱ ምክንያት መሆኑ ጥርጥር የለውም ። ስሚዝ ከሲር ፌርናንድ ጎርጆዎች ጋር በቅርብ ርቀት ላይ ነበር ፣ ከአምስት ዓመት በኋላ በአዲሱ የእንግሊዝ ዳርቻ ፣ እና ከዚያ የኒውፋውንድላንድ ገዥ ጆን ሜሰን ጋር በመሆን ጉብኝት አደረጉ ። የዚህ የበጋ የሽርሽር ውጤቶች አንዱ በቅጠል መንገዶ መካከል እና ወደ አንዳንድ ወደ ጥንታዊ ቤቶቻቸው ውስጥ ፖርትስማውዝ የተባለች ከተማ ናት ፣ በእጁ ላይ ስራ ፈት ሰዓት ካለ አንባቢውን ለመውሰድ አስቤያለሁ ። በደረጃው ላይ ወይም በብቸኝነት በሚገኝ የጎዳና ጥግ ላይ ከአንዳንድ የድሮ ጊዜ ብቃቶች ከሚንሳፈፍ መንፈስ ጋር መገናኘት አለብን ፣ አንባቢው ለእሱ መዘጋጀት አለበት ።

. በውሃው በኩል
የመጀመሪያዎቹ ሰፋሪዎች በሚያምርነቱ ምክንያት የተተከሉበትን ቦታ የመረጡ ናቸው ብሎ መገመት አይቻልም ። የምድሪቱ አቀማመጥ ፣ ቅርቡ እና በቀላሉ ወደባህሩ መዳረሻ እንዲሁም ለዓሳዎቻቸው መርከቦች በሰጠው አስተማማኝ ወደብ ሙሉ በሙሉ ተፅእኖ ነበራቸው ። ግን ብቸኛ ከግምት ውስጥ ቢገባ ውበት የበለጠ ቆንጆ ቦታ መምረጥ አልቻሉም ። የመጀመሪያው ሰፈራ በኦሪጅዬን ነጥብ ላይ ተደረገ-የአዲሱ

የሃምፊሻር ተጓ ች ዐለት; እዛው ማኑር ወይም ሜሰን አዳራሽ በላኮኒያ ኩባንያ በ 1623 ተገንብቷል ። እስከ 1631 ድረስ ታላቁ ቤት በሆምፍሬይ በጫካ እንጀሪ በባህር ላይ የተገነባው ። አቶ. ባዶ ልጅ ፣ በማወቅም ይሁን ባለማወቅ ከተማ የወጣችበትን ዘር ዘራች ።

ፖርትሞዝ የምትባለው ከተማ በፒሳታኳ ደቡባዊ ዳርቻ ላይ ትገኛለች ፣ ቁራዋ ስትበር ከባህር ሁለት ማይል ያህል ርቃ ትገኛለች - የወንዙን እባብ እባብ ተከትሎ በሦስት ማይል ርቀት ላይ ይገኛል ። ጅረቱ በዚህ ጊዜ ድንገት ይስፋፋል ፣ በጎርፍ ሞገድ ደግሞ በተቆራረጡት ደሴቶች እና በዋናው ምድር በተሰራው ተፋሰስ ውስጥ ያለ ብዜት ተኝቶ ከወንዝ ይልቅ የደሴት ሐይቅ ይመስላል ። ወደለመደው ዐይን የሚታይ መውጫ የለም ። በመንግስት ጎዳና ወይም በፍርድ ቤት ጎዳና እግር አጠገብ ባለው በአንዱ ዋልታ ላይ ቆሞ አንድ እንግዳ በመጀመሪያ የውቅያኖሱን ድንገተኛነት በጭራሽ ይጠራጠር ነበር ። ይሁን እንጂ ትንሽ ምልከታ በባህር ወደብ ውስጥ እንዳለ ያሳየዋል ። የባህር ዳርቻን በሚመለከቱ የጥንታዊ ሕንፃዎች ጀልባዎች እና ጣሪያዎች ላይ ያለው ሀብታም ቀይ ዝገት ያንን ይነግረዋል ። በአየር ውስጥ ተስማሚ የጨው ጣዕም አለ ፣ እና እሱ ጥቅጥቅ ያለ ነጭ ጭጋግ እየተመለከተ ፣ እንደ የውሸት ሰባሪዎች መስመር እየተንከባለለ ቢመጣ ፣ ከአሁን በኋላ ጥርጣሬ አይኖረውም ።

በእርግጥ ወንዙን የሚሸፍን የከተማው ጥንታዊ ክፍል ነው ፣ ግን ከቀሩት ታዋቂ ቤቶች መካከል ጥቂቶቹ እዚያ ይገኛሉ ። ልክ እንደ ሁሉም አዲስ የእንግሊዝ ሰፈሮች ፣ ፖርትሞዝ ከእንጨት የተሠራ ነበር ፣ እናም ለሰፊው የእሳት ቃጠሎ ተጋልጧል ። አስደንጋጭ ዘመናዊ ያልሆነ የጡብ ሕንፃ እምብዛም አያገኙም። የአይነቱ የመጀመሪያው ቤት በአስራ ሰባተኛው ክፍለ ዘመን መገባደጃ ላይ በሪቻርድ ዊቢድ ተገንብቷል ።

ምንም እንኳን ብዙዎቹ የድሮ ምልክቶች በወደቀው የጊዜ እና በእሳት እጅ ቢጠፉም ፣ ከተማዋ በጣም ያረጀች ከተማ እንደሆንሽ ያስደምማል ፣ በተለይም በወንዙ ዳር በሚገኙት ጎዳናዎች ላይ ፍለጋ ሲፈልጉ ። በትል የበሉት ውሾች ፣ ጥቂቶቹ በዝቅተኛ ፣ ጤናማ ባልሆነ የሣር ጺም እና በአየር ሁኔታ የተበላሸ ፣ ያልያዙ መጋዘኖች ለጥንት ጊዜ መጠነኛ የምግብ

ፍላጎት ለማርካት በቂ ናቸው ። እነዚህ በረሃማ ምሰሶዎች እና እነዚህ በረዘመ ረድፎች ባዶ ሰፈሮች ፣ ከአሰቃቂ ክሬኖቻቸው ጋር ከጣሪያው የሚወጣው ፣ እንግዳውን ግራ የሚያጋቡ ናቸው ። ለምንድነው ይህ ታላቅ ዝግጅት ለሌለው እና ለዓመታት ያልነበረ የንግድ ሥራ ዝግጅት? በመርከቡ ራስ ላይ የሚተኛ መርከቦች የሉም ። በሸቀጣ ሸቀጦች ላይ የሉም እዚህ እና እዚያ በከሰል ድንጋይ ወደ ምሽጎቹ የተሸከመ ጀልባ አለ ፣ እናም እዚህ እና እዚያ ጥሩ መዓዛ ያላቸው ሳንቃዎች እና ጭብጨባዎች የተቀባ ከዋናው አንድ ካሬ የተጨበረበረ ስኮንደር; ከውጭ የመጣ ዜጋ የእነዚህ የፍርስራሽ ፍንጣቂዎች እና አስቂኝ መጋዘኖች ብቸኛ ባለቤት የሆነ ከሚመስለው ደብዛዛ የፀሐይ ብርሃን ጋር ጥልቅ ርህራሄ ያለው ፣ የዱርጌዳ ብርሃን ሰጭ ልጅ ፣ የደራጌዳ ፍሬ ልጅ መጨረሻ ላይ ዓሣ እያጠመደ ነው ።

በአንድ ወቅት ግን ፖርትስማውዝ ከምዕራባዊው ህንድ ጋር ሰፊ የንግድ ልውውጥን ያካሂዳል ፣ ይህም የቦስተን እና የኒው ዮርክን ግርዶሽ እንዳያጠፋ እንደ የባህር ወደብ አስፈራርቷል ። በመርከብ ገበያው አቅራቢያ የሚገኘውን ወንዝ በሚመለከቱት በእነዚህ ም ቆጠራ ክፍሎች መስኮቶች ላይ የጉልበት ነፋሻዎችን እና የብር የጫማ ማሰሪያዎችን እና የፕላም ቀለም ያላቸው ቀሚሶችን አንጓው ላይ ባለ ራፊል በመያዝ መርከቦቻቸው ወደ ጠባብ እስኪመጡ ድረስ ይጠብቁ ነበር ። ; የእግረኞች ጎዳናዎች ጩኸት እና የንፋስ መስታወት መርከበኞች ዝማሬ አሁን ፀጥ ባለበት በባህር ዳር ያስተጋባሉ ። ለመነሳት በማይገባቸው ምክንያቶች ፣ ከህንዶች ጋር ያለው የንግድ ልውውጥ በድንገት ተዘግቷል ፣ እንዲሁም ብዙ የወደብ አፍቃሪ ጀብድ አፍርሷል። ይህ ባዶ መጋዘኖችን እና ጥቅም ላይ ያልዋሉትን ዌሮች ያብራራል ። ፖርትሞዝ በአንድ ወቅት በጣም አስደሳች የንግድ ሥራ ሳቢ መበለት ሆና ቀረች ። በአሁኑ ጊዜ ፖርትስማውዝ ውስጥ ጥቂት ዕድሎች የተገኙ ወይም የጠፋባቸው ይመስለኛል ። ቀደም ሲል በዓለም ላይ እንደነበሩት የመርከብ ካፒቴኖች ሁሉ የተሻለ መርከቦችን አወጣ ። ለሰማያዊ ውሃ ፍቅር ከጥንት ባህሪዎች ውስጥ የነበሩ ቤተሰቦች ነበሩ ። ወንዶቹ ሁል

ጊዜ መርከበኞች ነበሩ ። "ሸበት ያለው የመርከብ አስተዳዳሪ በእያንዳንዱ ትውልድ ውስጥ ከሩብ ፎቅ ወደ ቤት መንጋ ሲያርፍ ፣ የአስራ አራት አመት ልጅ ደግሞ በመኖሪያው እና በግዙፉ ላይ የፈነዳውን የጨው መርጨ እና ዥዋዥውን በመጋፈጥ ከኩሬው በፊት የውርስ በታውን ይ ል ። ." (1. ወደ ሀምራዊው ደብዳቤ በመግቢያው ላይ ሀውቶርን ።) በሺዎች የሚቆጠሩ ማይሎች የባሕር-መስመር እና በዓለም ላይ ካሉ እጅግ በጣም ጥሩ ወደቦች አንድ ሁለት ወይም ሁለት ነጥቦችን በመያዝ ሸቀጣ ሸቀጣ ሸቀጣ ሸቀጣ ሸቀጣ ሸቀጦቻችንን ለውጭ ሀገሮች አስረክበናል ።

በሌሎች ቀናት እንደነገርኩት ከፍ ያለ የባህር ላይ መንፈስ የፖርትሞዝ ባህርይ ነበር ። ከተማው በ 1812 ጦርነት ውስጥ ትርፋማ ንግድ አከናውን በመዝገቡ እጅግ በጣም አነስተኛ የሆነውን አነስተኛ የእጅ ሥራ መርከቦችን በመላክ ። ከነዚህ ትናንሽ የግል ባለቤቶች መካከል በአንዱ ደስ የሚል ታሪክ ተነግሯል-ሃርለኪን በባለቤትነት እና በሻምበል ኤሊሁ ቡናማ ። ሃርለኪን አንድ ቀን ተሳፋሪ ላይ ብዙም ጠብ ያለ አይመስለውም ወደ አንድ ትልቅ መርከብ አሳደደች እና ወደ ቅርብ ሰፈር ገባች ፣ ድንገት ዓይናፋርዋ እንግዳ ወደቦችዋን ስትከፍት እና የግርማው የመርከብ መርከብ መሆኑ ተረጋገጠ ። መከላከያ ፣ ሰባ አራት ጠመንጃዎች ። ደካማ ካፒቴን ቡናማ!

ፖርትሞዝ በርካታ ትላልቅ የጥጥ ፋብሪካዎች እና አንድ ወይም ሁለት የበሰለ ቢራ ፋብሪካዎች አሉት ። የመጀመሪያ የብድር ማስያዣ ገንዘብን መውደድ የምትፈልግ ሀብታም የሆነች ጥንታዊ ከተማ ናት; ግን በጣም አፍቃሪው ፍቅሩ ታላቅ የሸቀጣሸቀጥ ማዕከል የመሆንን ልዩነት አይጠይቅም ። አብዛኞ ወጣት ወንዶች ለማጨድ ሌሎች እርሻዎችን ለመፈለግ ይገደዳሉ ፣ እናም በህብረቱ ውስጥ ያለው እያንዳንዱ ከተማ ማለት ይቻላል ፣ እና ብዙ ማዶ በባህር ማዶ ያለች ከተማ አንዳንድ ታዋቂ ነጋዴን ፣ ጠበቃን ወይም ያልሆነውን "የወደብ አፍቃሪ ልጅ። " ፖርትሞዝ ለሟቹ የሳንድዊች ደሴቶች ኬኩአናዋ ለሟቹ ንጉስ ለጠቅላይ ሚኒስትርነት እንኳን አበረከተችለት እና የእሱ ታላቅ ክብር መቼም ቢሆን የተሻለ አልነበረውም ። እነዚህ ግዞተኞች ሁሉ ለትውልድ በታቸው የሚወዱትን ፍቅር ልብ ማለት ይገባል። በሁለት አጋጣሚዎች

ማለትም በ 1852 እና በ 1873 እንጆሪ ባንክ የተቋቋመበት ሁለት መቶ ሃምሳ ዓመታዊ በዓል - የተተከሉት የፖርትስማውዝ ልጆች ወደ ቤታቸው ለመመለስ ተነሳስተው ተያዙ ። በተመሳሳይ ጊዜ እና የተቀናጀ እርምጃ ሳይኖር ፣ የሃጅ ተጓ ች መስመሮች ከየአራቱ የአለም ክፍሎች ጉዞቸውን በማካሄድ በእናትየው ጥንታዊት ከተማ ላይ በሙዚቃ እና ባነሮች ተደምስሰዋል ።

ወደ ዋልታዎቹ ለመመለስ ። በፍርድ ቤት ጎዳና መጨረሻ ላይ እንደነበረው የድሮ ውሻ እንደዚህ የመሰለ አስደሳች የህልም አየር እና የስራ ፈት ያለ ቦታ አላውቅም ። በ 1812 ጦርነት ውስጥ በአንድ ወቅት ጫጫታ ፣ ሥራ የበዛበት ፣ በመርከበኞች እና በወታደሮች የተጨናነቀ መሆኑ እስከዛሬ ድረስ ለሚፈሩት ጸጥታዎች ትኩረት ይሰጣል ። ዝም ከሚሉት መጋዘኖች በአንዱ ጥላ ስር ባለ ዝገት መልሕቅ ላይ የበጋ ከሰዓት በኋላ የሚቀመጥ እና ብቸኛውን ወንዝ ከተማውን ሲያልፍ እያየ ፣ ራሱን ስለወረደ ለህንድ ንግድ አመስጋኝ መሆን አይችልም ። ሌላ ቦታ ።

ምን ያህል ተንሸራታች ፣ አስደሳች ፣ ሰነፍ ስፍራ ነው! የፀሐይ ብርሃን በአቧራማው የጀልባ ጣውላዎች ላይ እግሩ ጥልቀት ያለው ይመስላል ፣ ይህም ቀደም ሲል በተከመረባቸው የጭቃ ፣ የሞላሰስ እና የቅመማ ቅመም ዕቃዎች ላይ ግልፅ ያልሆነ ሽቶ ያመጣል። ወንዙ እንደ ሀርቤል ውስጡ ሰማያዊ ነው ። ተቃራኒው ዳርቻ ፣ በሚያስደንቅ ሁኔታ በሚቀያየር የሰማይ እና የውሃ መብራቶች ውስጥ እንደ ተረት-አረም ብርሀን ዳር ይዘልቃል ። በቀጥታ ከጎንዎ ያለው የባህር ኃይል ግቢ ፣ እና የንጹህ መኮንኖች ማረፊያ እና ወርክሾፖች እና የእሳት አደጋ መከላከያ መሳሪያዎች እና የበርካታ ታዋቂ ፍሪጌቶች ቀበሌ የተቀመጠባቸው ሰፋፊ የመርከብ ማከማቻ ቦታዎች ናቸው ። እነዚያ በውኃው ዳርቻ ላይ ያሉት ጭራቅ ሕንፃዎች ፣ ጣሪያዎቻቸው በቁጥር በማይቆጠሩ ትናንሽ መስኮቶች የተወጉ ፣ የፀሐይ ብርሃን እንደ ዓይኖች በሚያብረቀርቁ እና የመርከብ ማጠጫ ቤቶቹ ። በቀኝ በኩል ትናንሽ ደሴቶች ስብስብ ይገኛል - በወደቡ ውስጥ አንድ ደርዘን ወይም ከዚያ በላይ ናቸው - እጅግ በጣም ሰፊ በሆነው በ 1812 በዚህ መካከል የተፋሰሱ አንዳንድ የመሬት ስራዎች ቅሪቶች እየጠፉ መጥተዋል ። ደሴቶቹ ጠባብ ናቸው

። ምናልባት ቅርፊት ወይም የጡረኝነት ጡርነት እስከ ከተማ እየደረሰ ይሆናል ። በደቡባዊ ደሴቶች መካከል ሆልኩ ተደብቋል ፣ እና የከፍተኛ አመራሮች በደረቁ ምድር ላይ የመጥረግ ውጤት አላቸው ። በግራው በኩል ውሃው ሃያ ወይም ሠላሳ ጫማ ጥልቀት ባለው ቦታ ላይ የተቆለፈ ረዥም ድልድይ ፣ ከሩብ ማይል በላይ ርዝመት ያለው ፣ ወደ ባህር ኃይል ግቢ እና ወደ ኪትሪቲ የሚወስድ ሲሆን ኪቴሩ ብዙውን ጊዜ የነጩች ጥቅስ ጭብጥ ነው ።

ይህ ከእርስዎ በፊት የሚሰራጨው የመሬት አቀማመጥ ረቂቅ ነው። መልክና ቀለም ያለው ተለዋዋጭ ውበቱ ፣ የበጋው ደመናዎች በላዩ ላይ በሚንሳፈፉበት ፣ በቃላት መቀበት የለበትም። መልክአ ምድራዊ አቀማመጥ በጣም ልዩና አስገራሚ የሆነበትን ብዙ ቦታ አውቃለሁ ፤ ግን እዚህ በከባቢ አየር ውስጥ እርስዎ በታውን የሚይዝዎ እና የግማሽ ሰዓቶችን ደቂቃዎች እንዲመስሉ የሚያደርግ የማንድራጎራ ጥራት አለ ። ሁል ጊዜ በጁን ውስጥ ሊኖር በሚችል በዚያ የድሮ ውሀ ጫፍ ላይ ለሁለት ወይም ለሦስት ዓመታት ያህል በጣም በተደሰተ ሰው የተቀመጠውን ሰው ማደስ እችል ነበር ።

ምናልባትም ፣ አንድ ሰው ሁል ጊዜ ከፍተኛ ውሃ መሆን ይፈልጋል። ማዕበሉ ከስምንት እስከ አሥራ ሁለት ጫማ ይወርዳል ፣ ውሃው በቅጠሎቹ መካከል በሚሆንበት ጊዜ አንዳንድ ማራኪ ነገሮችም እንዲሁ ይወጣሉ። በጋጣ ባንኮች ውስጥ በፖስታ የተላከ የሸክላ ምድጃ ክፍል ፣ ወይም እንደ አንዳንድ የድሮ ጊዜ ፍርስራሾች ቅሪቶች ከሚንሳፈፈው የጭቃ ጎርፍ የሚወጣ የሾለ እሾህ አፅም አስማቱን ለመስበር ምቹ ነው ።

በወንዙ ዳር ዳር ስለሚፈጠረው ብቸኝነት ለአንባቢው የተጋነነ ሀሳብ እንደሰጠሁ እሰጋለሁ ። አንዳንድ ጊዜ እዚህ ለመፈለግ ግድ ካለዎት ያልተለመደ ዓይነት ህብረተሰብ እዚህ አለ ። ከመጥቀሱ በፊት ከባዕድ ገርሩ ጎን ለጎን ፣ ወደ ዳርቻው ርቆ ወደ መቃብር (የቅኝ ግዛት ዘመን መቃብር) ፣ የተደበደበ እና ያረጀው የአገሬው ዓሣ አጥማጅ በትንሽ ጡጡር አግዳሚ ወንበር ላይ እሾሃማዎችን ሲፈላ ሊያጋጥሙዎት ይችላሉ ። በወንዙ ጡጡር መካከል የወንዙ ሹክሹክታ እና ጉብታ ወደ

ውስጥ ስለሚገባ የአየር ሁኔታ የተደበደበ የቀድሞ መርከበኛ ወይም የቀድሞ ፓይለት ነው ፣ እንደ የባህር አረም ያለ ሻካራ ፀጉር ክሮች ያሉት ፣ ግማሽ ክፍት የሆነ ክላም ያለው ገላጭ ፊት ለፊት ይወድቃል . ይህ አምፖል ሰው ከእርስዎ ጋር ለመነጋገር ሁል ጊዜ ዝግጁ ነው ። እና እሱ በጣም የሐሜተኞች አዝናኝ ካልሆነ - ያንን የቀድሞ ዕድሎች የበለጠ የአየር ሁኔታ-ጠቢብ ፣ እና እሱ ራሱ እንደ ኦቴሎ ሁሉ በእንቅስቃሴ የተሞላ ከሆነ - እሱ ከጥቂት ዓመታት በፊት በ ‹ስትሪፕ› ላይ ያየሁት ባለፀጉር ፀጉር መርከብ አይደለም ። ከባህር ዳርቻው ከነፃነት ድልድይ ባሻገር የባህር ተንሳፋፊውን እሳቱን በታላቁ ቆርቆሮ ቦይለር ስር በመገንባት እና ለብዙ እምቢተኞች ሎብቶች ህያው ያደርገዋል ።

ላለፉት ሃምሳ ወይም ስልሳ ዓመታት በጥቅሉ እንደ ድል መትከያ ተብሎ በሚታወቀው በዚህ በአከባቢው በጣም ትንሽ ለውጥ እንደተከሰተ አስባለሁ ። ከነፃነት ድልድይ ፣ ከውሃ ጎዳና ባሻገር የሚመለከቱት እይታ ከአንድ ምዕተ ዓመት በፊት ለከተማው ህዝብ ፊት ባቀረበው በሁሉም ረገድ ተመሳሳይ ነው ። የቀኝ ባንዲራ በቀኝ በኩል ጥር 1766 ልጆቹ በዚህ በታ የተተከሉት የድሮው “የነፃነት መስፈርት” ተወካይ ሲሆን የቴምብር ድርጊትን ተግባራዊ ለማድረግ መቃወማቸውን ያሳያል ። በዚሁ አጋጣሚ አርበኞች ወደ ቤታቸው ጥሪ አቀረቡ ። በኒው ሃምፕሻየር ቴምብሮቹን የማሰራጨት ወኪል የሆነው ጆርጅ ሜርስር ፣ ሠራተኞቹን ካቆሙበት ወደ ከተማዋ ወደ ነፃነት ድልድይ (ዥዋዥዌ ድልድይ) በኩል በሰይፍ ይዘው የወሰዱት የሰነድ ማስተር ኮሚሽን እፎይ አደረገው ። በሚል መሪ ቃል “ነፃነት ፣ ንብረት እና ማህተም አይኖርም!”

የቴምብር ድርጊቱ እ.ኤ.አ. በኖቬምበር የመጀመሪያ ቀን ወደ ሥራ ይጀምራል ። ባለፈው ጠዋት “አዲሱ ሃምሻየር ጋዜጣ” በጥቁር ጥቁር ድንበር እና የመከራ ሥዕላዊ መግለጫ ምልክቶች ሁሉ ታየ ፣ ነፃነት አልሞተም? በሁሉም ዝግጅቶች ፣ “ጋዜጣው” እራሱ እንደሞተ ጥሩ ነበር ፣ ምክንያቱም አታሚው በከባድ ግብር የአካል ጉዳተኛ ከሆነ ከአሁን በኋላ ማተም ስለማይችል። ቀኑ በከተማ ውስጥ ባሉ ሁሉም ደወሎች በመደወል ወደብ ውስጥ ገባ ፣ ወደቡ ውስጥ ያሉት መርከቦች ቀለማቸውን በግማሽ ምሰሶ ከፍታ ከፍ አድርገው ነበር ፣ ወደ ሶስት ሰዓት ገደማ የቀብር ሥነ-ስርዓት የተቋቋመ ሲሆን ይህ ጽሑፍ የፃፈው የ

145 ዓመት ዕድሜ ያለው ነፃነት ፣ ማህተም ያለው የሬሳ ሣጥን ነበረው ። ከዋናው ጎዳናዎች ጋር በሁለት ያልተለቀቁ ከበሮዎች ከስቴቱ ቤት ተዛወረ ። ሰልፉን ሲያልፍ ደቂቃ-ጠመንጃዎች ተተኩሰዋል ። በምረቃው ቦታ ላይ ያገኘናቸውን ብዙ ጥቅሞች እና ከፊት ለፊታችን ያለንን ቀላል እና ተስፋ የሚገልፅ ንግግር በዋጋ ሊተመን የማይችል ነፃነቶቻችን መውጣታቸውን የሚገልጽ ንግግር ተደረገ ። ነገር ግን የሚታየው የሕይወት ምልክት ፣ ነፃነት በመቃብር ውስጥ አልተቀመጠም ። እሱ በብዙ ወንዶች ልጅ ታድጓል ፣ መፈክሩ ወደ ነፃነት ተለወጠ እና በድል አድራጊነት ተከናወነ ። ርኩሱ ሥራ በእርሱ ፋንታ ተቀበረ ፣ የሸለቆው ሐውልቶች በላዩ ላይ ተተከሉ። ደወሎቹ የለመለመውን ድምፃቸውን ወደ አስደሳች ቃና ቀይረውታል ። ” (ፖርትስማውዝ 1.ታሪክ ፣ በናትናኤል አዳምስ ፣ 1825)

በዚያን ጊዜ ካሉት አስገራሚ ቀልዶች በአንዱ በዚህ የጎን እይታ ፣ የእኛን ጥቃቅን እንቀጥላለን ።

ከነፃነት ድልድይ ባሻገር ጥቂት ዱላዎች በግራዎ ላይ ያለውን መስመር (መስመር) በማዞር ፣ የመቃብር ቦታ ተብሎ ወደ ሚታወቀው ቦታ ይደርሳሉ ፣ በተለይም የመቃብር ቦታ ለረጅም ጊዜ የሚቆይ ከሆነ ምን እንደሚመጣ ለማሳየት በጣም አስደሳች ነው ። በ 1671 አንድ የመቶ አለቃ ጆን መረጣ ፣ ስለ እሱ ብዙ የምንለው ፣ ለመቃብር በዚህ አንገት ላይ አንድ መሬት ለከተማው ሰጠ ። እሱ በግማሽ ሄክታር የሚያህል ያልተለመደ ቅርፅ ያለው ዕጣ ነው ፣ በሁለት ወይም በሦስት ከፍ ያለ ቁመት ባለው በሚፈርስ ቀይ የጡብ ግድግዳ የታጠረ ሲሆን ከእንጨት መሰንጠቂያ ጋር። ቦታው በእሾህ ፣ በደረጃ ሣር እና በፈንገስ ተበቅሏል; የጥቁር ሰሌዳው ራስ ድንጋዮች በአብዛኛው ወድቀዋል ። አሁንም ድረስ በሁሉም የኮምፓሱ ቦታዎች ላይ እንደቆሙ በማስመሰል የሚሠሩትን እና ሌሎች ነገሮችን ሁሉ ሳይነካ በሚተወው ሚስጥራዊ እይታ በዚህ እና በዚያ እንደሚነፉ ይመስላሉ; ጉብታዎች ወደ ተራው ደረጃ ዘልቀዋል ፣ እናም የድሮ የመሬት ውስጥ መቃብሮች ፈርሰዋል ። እዚህ እና እዚያ መጀመሪያ እና ሰፈራ ታሪክ ውስጥ የሚያንፀባርቅ አንዳንድ ስም መምረጥ ይችላሉ ሙሳ እና አረም; የቅኝ ግዛቱ አበባ በመቶዎች የሚቆጠሩ እዚህ ተኝተዋል ፣ ግን የታወቀ እና

ያልታወቀ ፣ ገር እና ቀላል ፣ አሁን አቧራቸውን ፍጹም በሆነ እኩልነት ላይ ይቀላቅላሉ ። በአንድ ወቅት ትዕቢተኛ የጦር መሣሪያን የተሸከመው ዕብነ በረድ እንደ ጥርት ያለ ጠፍጣፋ ድንጋይ ያለ ለስላሳ ነው። በአንዳንድ በተሰነጠቀ ንጣፍ ላይ በሚታዩበት ቦታ ሁሉ አንበሳ እና ዩኒኮሩ በጊዜ በጣም ታምረዋል ። በአንድ ጊዜ ወፍራም ፊት ለፊት ያሉት ኪሩቤል ፣ በሁለቱም ጉንጭ ክንፍ ያላቸው ፣ አሁን አፅሞች ብቻ ናቸው ። ትዕቢት ፣ ፉከራ ፣ ሀዘን እና መታሰቢያ ሁሉም መጨረሻ ላይ ናቸው። እዚህ ምንም የክብር እግሮች አይመጡም ፣ እንባም እዚህ አይወርድም ። አሮጌው መቃብር ራሱ ሞቷል! ምሽት ላይ ከዚህ የበለጠ መጥፎ ፣ ያልተለመደ ቦታ ማግኘት ከባድ ነበር። ልጆቹ ከምሽቱ በኋላ ሲያስተላልፉት ሁል ጊዜም ባዶ በሚሆን ጋይ በማ ጨት በፉጨት እንደሚሄዱ ተስተውሏል ።

ወደ አንዳንድ የደስታ ሰፈር እንግባ!

ስለ ከተማ ሽርሽር

ወንዙን ከፊትዎ ጀርባ ለቀው ሲወጡ እና “ከተማን” ሲያቋርጡ ጎዳናዎቹ እየሰፉ ይሄዳሉ ፣ እናም ህንፃው የበለጠ ታላላቅ ይሆናል - ጎዳናዎች በሚያማምሩ አሮጌ ዛፎች የተጠረጡ እና ሽቀጣ ሽቀጦቹ የግል መኖሪያ ቤቶች የተሞሉ ፣ በአብዛኛው ካሬ ቤቶች ያሉት ሰፋፊ አዳራሾች ያሉት ። በማዕከሉ በኩል ። ከአብዮቱ በፊት በነጭ ቀለም ቤቶች ላይ ብዙም ጥቅም ላይ አይውልም ነበር ፣ እናም የአልማዝ ቅርፅ ያለው የመስኮት መስታወት ሁለንተናዊ ነበር ። ብዙዎቹ መኖሪያዎች ከጡብ ወይም ከጠጠር ድንጋይ የእግረኛ መንገድ ወደ ኋላ ይቆማሉ ፣ በጎን በኩል ወይም ከኋላ ያሉት ፣ በዳህሊያዎች ብሩህ እና ከ ቀረፋን ጽጌረዳዎች ጋር ጣፋጭ የሆኑ የአትክልት ስፍራዎች አሏቸው ። ባለሥልጣኖቹ በሚያደጉበት ቦታ ሁሉ ውድ የሆነውን ዛፍ እስኪያጠፉ ድረስ ማረፍ በማይችሉበት ከተማ ውስጥ ለመኖር እድል ካገኙ በተለይም በፖርትሞዝ ጎዳናዎች ውበት ይደነቃሉ ። በአንዳንድ የከተማው ክፍሎች

የደረት እጢው ሲያብብ በአፈሪላንድ ውስጥ በሚገኝ የአትክልት ስፍራ ውስጥ እራስዎን ያገኙ ነበር ። በፀደይ ፣ በበጋ እና በመኸር ወቅት ቅጠሉ የከበሬታ አረንጓዴ እና ወርቃማ ዛፎ ውብ ከተማ ውብ ናት! በፖርትሞዝ አንዳንድ ጎዳናዎች ከከባድ የበረዶ አውሎ ነፋስ በኋላ በመካከለኛ አጋማሽ ላይ ከሚታዩት ትዕይንቶች የበለጠ አስማታዊ ሥራ የመሰለ አይመስልም ። ከፀደይ ወቅት ከሚሰጣቸው የበለጠ ቆንጆ እና አንጸባራቂ በሆነ የበለፀጉ እና የተንጠለጠሉ የዛፎች ቅርንጫፎች በተፈጠሩ አስደናቂ የብር ቅስቶች ስር ለብዙ ማይሎች መሄድ ይችላሉ ። ዋና ዋና መንገዶችን የሚጥሉ በርካታ ኤለሞች እና ካርታዎች በአጋጣሚ የተገኙ አይደሉም ፣ ግን ዛፎችን ለማቆየት በተደረገው ፍቅራዊ እንክብካቤ ሰፊ ሽልማት። በፖርትሞዝ ለአርብቶ አደር ልማት የሚውል ህብረተሰብ አለ ። ሰዎች በሚወዱት የእግር ጉዞ ላይ ጥላ እና የጌጣጌጥ ዛፎችን ለማዘጋጀት የሚረኩ ቅርሶችን መተው እንግዳ ነገር አይደለም ። የሪቻርድስ ጎዳና ፣ ከመካከለኛው ጎዳና ወደ ደቡብ የሚቀበረው ረዥም ፣ ያልተገነባ መንገድ ፣ ያ ነፋሻማ እና መካን የሆነው የመቃብር ስፍራውን ለማስዋብ የገዛ እጆቹን ጉልበት የሰጠ ዜጋ ስም ይጸናል ። ይህ የዛፎች ፍቅር እና እንክብካቤ የዘር ውርስ ጉዳይ ይመስላል ። እስካሁን ድረስ በ 1660 መራጮቹ በልዩ ሁኔታ ሥር ካልሆነ በስተቀር ጣውላ ወይም ከከተማው የጋራ እንጨት ሌላ ማንኛውንም እንጨት ለመቁረጥ አምስት ሽልንግ ቅጣትን አስተላለፉ ።

በከተማ ዛፎች የንግድ ክፍል ውስጥ ጥቂቶች ናቸው ። ዋናዎቹ የንግድ ጎዳናዎች ኮንግረስ እና ገበያ ናቸው ። የገቢያ ጎዳና ደረቅ የሸቀጦች ሱቆች ምሽግ ነው ። እነዚህ ሱቆች በሚጨናነቁበት ወቅት ወቅቶች አሉ ፣ ይመስለኛል ፣ ግን በዚያን ጊዜ በፖርትማዝ ውስጥ ሆ አላውቅም ። እነዚህ ሁሉ የበለፀጉ ትናንሽ ተቋማት መሄዳቸውን የሚያቆዩ ደንበኞቹ የት እንዳሉ ሳላስብ በጠባቡ ኮብል በተጠረገው ጎዳና ላይ አልፎ አልፎ አል ል ። ኮንግረስ ጎዳና - ከገበያ የበለጠ የሚያምር መንገድ - የፖርትስማውዝ የኔቪስኪ ፕሮፔክት ነው ። ከታዋቂዎቹ ሕንፃዎች መካከል የንባብ ክፍል እና ቤተ-መጽሐፍት የያዘ አቴናየም ነው ። ከዚህ ህንፃ ከፍተኛ ጣሪያ ላይ ጋላቢው በዙሪያው ያለውን ሀገር በጨረፍታ ቢመለከት ጥሩ ይሆናል ። ተፈጥሮአዊ ለሆኑት ማራኪ ገጽታዎች በተፈጥሮው የባህርን ባህር ይለውጣል። ቀኑ ንፁህ ከሆነ ፣ ከዘጠኝ

ማይልስ ርቆ ተኝቶ የሚገኘውን ዝነኛ የሾላ ደሴት ያያል - የአፐልዶር ፣ የአፍንጫ አፍቃሪ ፣ የከዋክብት ደሴት ፣ የነጭ ደሴት ፣ ወዘተ. በአጠቃላይ ዘጠኝ ናቸው ። በአፐልዶር ላይ የሎይተን ሆቴል ሲሆን በአጠገቡም የደሴቶቹ ገጣሚ የሰሊያ ታተርተር የበጋ ጎጆ ነው ። በከዋክብት ደሴት ሰሜናዊ ጫፍ ላይ ትንሽ የድንጋጌ ቤተ-ክርስትያን ናት ፣ በትንሽ የድንጋይ ቤተክርስቲያን በከፍተኛው ዐለት ላይ እንደ ባህር ጉልት ትገኛለች ። በደቡብ ምዕራብ አቅጣጫ አንድ ኪሎ ሜትር ርቀት ላይ የምትገኝ ደሴት የምትገኘው ነጭ ደሴት ሲሆን በላዩ ላይ የመብራት ቤት አለች ። ወይዘሮ. ይህንን በጣም የሚያምር የቡድኑ ብሎ ይጠራዋል። አደገኛ ጎረቤቶች ፣ መርከበኛው ሆይ! በየትኛውም ጸጥ ያለ የአየር ሁኔታ ፣ እነዚህ የተሸበሸቡ ፣ ጠባሳዎች ፣ ታላላቅ ነፋሳት በሚነፍሱበት ጊዜ በንዴት በከንፈራቸው ላይ ነጭ ሆነው በሚወጡ በክፉ የጠለቀ ጠርዞች ጎን ለጎን በአውሎ ነፋስ የተመቱ ዐለቶች ናቸው!

እንዴት ለስላሳ በሆነው በኤመርል ባህር ላይ ሁሉም እዚያ ይታያል! እና ያልተጠናቀቀው ምሽግ ባለበት በዚያኛው ማዕበል ማዕበሎቹ ምን ያህል ለስላሳ ይመስላሉ! ያች ጥንታዊቷ የኒውካስትል ከተማ ናት ፣ ለመድረስ ከወደ ፖርትማውዝ በየትኛው እጅ ላይ ተኝቶ በአዲሱ ሃምፕሻየር ውስጥ በጣም አስገራሚ ገጽታ ያለው ሰስት ድልድዮችን ማቋረጥ አለብዎት ። በኒውካስትል ገጣሚው እስቴማን በበጋው ወቅት አንድ የሚያስደስት ትንሽ የድንጋይ ጭውውት ገንብቷል - የባህር ውስጥ ል በክረምቱ ወራት እራሳቸውን ለማሞቅ ሲረን ሲወዱ ደስ ይለኛል። ስለዚህ ዘፋኙ በጭራሽ አይሆንም።

ተቃራኒ ኒውካስትል ኪትሪቲ ነጥብ ነው ፣ የፍቅር ቦታ ነው ፣ የመጀመሪያው አሜሪካዊው ባሮኔት ሲር ዊሊያም ፔፐረል በአንድ ወቅት ይኖር የነበረ ሲሆን መቃብሩ አሁን ያለበት ቦታ ከመንገዱ ማዶ ባለው የፍራፍሬ እርሻ ላይ ከሠራው “ጥሩ መኖሪያ” ጥቂት መቶ ያርድ ነው ። በመጠኑም ቢሆን በመጠኑም ቢሆን የታነሰው የናይት መቃብር እና የድሮው የፔፐር ቤት ብዙውን ጊዜ ወደ ነጥብ የሚሄዱ ነገሮች ናቸው ።

ከከፍታው (ከአቴናው / ጣሪያው) የባህር ኃይል ግቢ ፣ ወንዙ ከድልድዮቹ እና ከደሴቶቹ ጋር ፣ የኪቲተር እና የኒውካስትል ጥቅጥቅ ያሉ ጋቢሎች ፣ የማይመች ውቅያኖስን ለመመልከት አራት እና አምስት በረራዎችን ለመውጣት የሚያስችለውን ስዕል ያደርጉታል ። በቅጠሎቹ ውስጥ በተተከለችው ከተማ ላይ እያየች በጫካ ውስጥ በአጋጣሚ የወደቀች ከተማ ትመስላለች ። ከዛፍ ጫፎች በላይ ራሳቸውን ከሚያነሷቸው ታዋቂ ነገሮች መካከል የበርካታ አብያተ ክርስቲያናት ቤተመቅደሶች ፣ የባህላዊው ቤት ነጭ ገጽታ እና የሮኪንግሃም ማርስ እና የጭስ ማውጫዎች ዋና ሆቴል ናቸው ። በተባበሩት መንግስታት ውስጥ በጣም ሙሉ በሙሉ ከተሾሙ ሆቴሎች ውስጥ ፖርትሞዝ ውስጥ ተጓ ችን ማግኘቱ ይገረማል ። ጥንታዊው የጥንታዊ ደወል መደብር መፍረስን ያዝናል ፣ እናም በጎ አድራጊው አንድ ጊዜ የጉዞ መንገደኛውን በሀሊፋክስ የጆሮ ምልክት እና በዳንኤል ጎዳና ላይ በሚገኘው የእንግዳ ማረፊያው ባስተናገደበት በጎ አድራጊው አዝናለሁ ። ነገር ግን ተራው ተጓዥ ከዋክብቱን ያመሰግናል ፣ እና ከሮኪንግሃም ቅጥር ግቢ ውስጥ እራሱን ሲያገኝ መስመሮቻቸው ደስ በሚሉ ቦታዎች እንደወደቁ ይናዘዛሉ።

በአቴናኢም ደጅ ተቃራኒ በሆነ ሁኔታ - እንደገና በቴራ ላይ እንሆናለን ተብሎ የታሰበው - የድሮውን የሰሜን ቤተክርስቲያን ፣ ጉልበተኛ የሆነ የእንጨት ሕንፃ ፣ ሰልፉ በሚባለው ላይ በጥሩ ሁኔታ የተቀመጠ ፣ በኮንግረሱ መገናኛ ፣ በገቢያ የተሠራ ትልቅ ክፍት ቦታ ፣ ዳንኤል ፣ እና ደስ የሚሉ ጎዳናዎች እዚህ ከቀናት በፊት ከውሃ ሥራዎች ንፁህ የሆነው ከአንድ ጊዜ በላይ በግርፋት መጥረጊያ ሆኖ የሚያገለግል የከተማው ፓምፕ ቆሞ ነበር ።

የፖርትሞዝ አብያተ ክርስቲያናት ከሥነ-ሕንፃዎቻቸው ይልቅ ለቁጥራቸው በጣም አስደናቂ ናቸው ። ከድንጋይ ቤተ-ክርስቲያን በስተቀር በቀላል ዘይቤ ከእንጨት ወይም ከተለመደው ጡብ የተገነቡ ናቸው ። ሴንት. የጆን ቤተክርስቲያን የማያውቀውን አይን የመሳብ ብቸኛዋ ነች ። በጥሩ ሁኔታ ሁል ጊዜ ቆንጆ ወንዝን እየተመለከተ በቤተክርስቲያኑ ኮረብታ ላይ በጥሩ ሁኔታ ላይ ይገኛል ። በአሁኑ ሕንጻ 1732 ላይ ከተሠራው ንግሥቲቱ የጸሎት ቤት በመባል ይታወቅ ነበር ነገር ጣቢያ ላይ 1808 ውስጥ የሠራ ሲሆን እሳት ታህሳስ 24 በ ጠፋች, 1806.

ዘፍጥረትን በመሠዊያው እና መዴረክ ለ መጻሕፍት የተነጠፈ ማን ንግሥት ካሮላይን, ክብር ተባለ ፣ ሳህኑ እና ሁለት ጠንካራ ማሆጋኒ ወንበሮች ፣ አሁንም ድረስ በሴንት ውስጥ ያገለግላሉ ። የጆን በቻኔል ሀዲድ ውስጥ በ 1758 ከፈረንሣይ ሴኔጋል በተወሰደበት በኮሎኔል ጆን ቱፍቶን ሜሰን የተወሰደ አስገራሚ የፎነፊ ቅርጸ-ቁምፊ ሲሆን በ 1761 ለቅዱስ ሲኖዶስ ምዕመናን የሚጠራውን ልዩ ጣፋጩ ድምፅ ያለው ደወል ነው ። ጆን በአንድነት በየሰንበቱ አንድ ላይ ሆኖ አምናለሁ ፣ ቀደም ሲል በአሮጌ ንግሥት ቤተመቅደስ መንደሮች ውስጥ እንደተሰቀለው ተመሳሳይ ነው ። ከሆነ ደወሉ የራሱ የሆነ ታሪክ አለው ። ያ ቦታ በ 1745 ሲቀነስ ከሉዊስበርግ አምጥቶ በአዲሱ የሃምፊሻ ወታደሮች መኮንኖች ለቤተክርስቲያኑ ተሰጠ ።

የቀድሞው የደቡብ የስብሰባ ቤት ሳይጠቀስ ማለፍ የለበትም ። ከቅድመ-አብዮታዊ ቀናት በሕይወት ከተረፉት መካከል ነው ። እንዲሁም ሥነ-ሕንፃው እንደ ዕድሜው አይደለም ፣ ግን ለእኛ ማስታወቂያ ዋና ማረጋገጫ አይደለም ። በዚህ በተደበደበው አሮጌው መዋቅር ውስጥ የማይረባ መስኮቶች ቁጥር አላፊ አግዳሚውን ይመታል ። ቤተክርስቲያኗ በደንበኝነት ተመሰረተች እና እነዚህ በቅርብ የተቀመጡ ትልልቅ መስኮቶች በወቅቱ ሀብታም ከሆኑት ዜጎች መካከል አንዱ በሆነው በሄሪ ርበርን ምክንያት ለሚጠቀሙት ብርጭቆዎች ሁሉ ለመክፈል ተስማምተዋል ። ግንባታው ሙሉ በሙሉ ከመስታወት የተዋቀረ ቢሆን ኖሮ ቆጣቢ በሆኑ ምዕመናን ሊከናወን ይችል ነበር ።

ፖርትሞዝ በመቃብር ስፍራዎች የበለፀገ ነው - እነሱ አዲስ የእንግሊዝ ልዩ መስለው ይመስላሉ - ጥንታዊ እና ዘመናዊ። ከድሮው የመቃብር ስፍራዎች መካከል ከሴንት ጋር የተያያዘው ። የጆን ቤተክርስቲያን ምናልባትም በጣም አስደሳች ነው ። እንደ መቃብሩ መቃብር አሮጌው መቃብር ወደ ጥፋት እንዲወድቅ አልተፈቀደለትም ። እዚህ ላይ የዋናው ድንጋይ በላዩ ላይ ሲደፋ በደስታ ተነስቶ በምስሶቹ ላይ እንደገና ሲጫን እና ግዴታውን እንዲወጣ ሲያበረታታ ። በፍፁም እምቢ ካለ እና እየደፈጠጠ ዝቅ የማይል ከሆነ ፣ ፊቱ ተጎትቷል ፣ እና ከሌሎች ነፃ ረድፎች ጋር በቤተክርስቲያኑ ግድግዳ ላይ እንዲያርፍ እና እንዲፀድቅ ይፈቀድለታል ። ዘሮቹ እንዲቆረጡ ይደረጋሉ ፣ ሳሩ ተስተካክሏል ፣ እናም

እዚህ እና በቤተክርስቲያኑ ቅጥር ግቢ ውስጥ እንደ ጽጌረዳ አበባ እንደሚሆን ከፍተኛ ዋጋ ያላቸው የሮዝ ጽጌረዳዎች የሚያንጠባጥብ ጽጌረዳ እዚህ አለ ።

በታው ስለ እሱ የማይነገር ፀጥ ያለ የመከባበር እና የመጽናኛ መንፈስ አለው ። ከአብዮቱ በፊት በፖርትሞዝ ዜጎች ትውልዳቸው ውስጥ የዋናው እና እጅግ የላቁ ፍርስራሾች እዚህ አሉ - እስታንፈ ፣ ዘውዳዊ ፍቅር ያላቸው ገዥዎች ፣ አማካሪዎች እና የአዲሱ ሃምፕሻየር አቅርቦት ፀሐፊዎች ፣ ሁሉም በእናት ክንፍ ስር ተሰበሰቡ ። የእንግሊዝ ቤተክርስቲያን. ገዢን ሳይረግጡ በየትኛውም በታ መጓዝ ፈጽሞ የማይቻል ነው ። ከትንሽ ጊዜ በኋላ በመንፈስ ትዕቢተኛ ትሆናለህ ፣ እናም ከክብሩ አለቃዎቹ ወይም ዘውዱ በታች ካለው ከአንዱ ያነሰ ማንኛውንም ለመርገጥ ንቀሃል ። የአትኪንስካን ፣ የጃፍሬይስ ፣ የሸርበሮች ፣ የ ፌ ፣ የማር ፣ የማርሽ ፣ መናፈሻዎች ፣ አትክልተኞች እና ሌሎችም ጥራት ያላቸው መቃብሮች እዚህ አሉ ። በዙሪያዎ ባሉ እግሮች ሁሉ እዚህ እና እዚያ ዝገት ያለው ጎራዴ ፣ እና የደከሙ እሾሃማዎች ፣ እና የሚያፈርሱ የጦር መሣሪያ መሳሪያዎች ጋር ፣ እዚያም እዚያም የታጠፈ የሬሳ ሳጥኖች አሉ ። በጣም የተሻለው ህብረተሰብ ውስጥ እየተንቀሳቀስክ ነው ።

ይህ ግን በፖርትሞዝ ውስጥ ቀደምት የመቃብር በታ አይደለም ። ከኤስ ቆስ ግቢ የአንድ ሰዓት የእግር ጉዞ በኦሪጆር ነጥብ መጀመሪያው ቤት ተሠርቶ የመጀመሪያ መቃብር ወደ ተሠራበት ቀደም ሲል ወደ ተጠቀሰው በታ ያመጣዎታል ። የማንንው ትክክለኛ በታ አይታወቅም ፣ ግን ቶምሰኖች እና ሔልተኖች እና ባልደረቦቻቸው ከሁለት መቶ ስልሳ ዓመታት በላይ ጥማታቸውን ያረጁበት አሁንም ድረስ ከሚፈስ አሮጌ የውሃ ጉድጓድ በስተሰሜን ጥቂት ዱላዎች መሆን አለባቸው ተብሎ ይገመታል ። በፊት ። የ ነጥብ በአቶር የተያዘ ነው ። . አዶርኔን ፣ በ 1657 ንብረቱን የያዙት የመረጡት የዘር ሐረግ ተወላጅ ከድሮው ፀደይ ብዙም ሳይርቅ የጥንቶቹ አቅዎች ማረፊያ ናቸው ።

በአዲሱ ሃምሻየር ውስጥ “ይህ የመጀመሪያው የነጭ ሰው የመቃብር ስፍራ” የቢራ ጠመቃ ፣(1. . . ፣ ለሃምሳ ዓመታት ያህል የፖርትሞዝ

መጽሔት አዘጋጅ እና የእነዚህ ሁለት ገጾች ጸሐፊ የብድር እዳቸውን እዚህ የተገነዘቡ ሁለት ጥራዝ ሥዕሎች ደራሲ ናቸው ፡፡) “በታን ይይዛል ምናልባት አንድ መቶ ጫማ በ ዘጠና እና በጥሩ ግድግዳ የታጠረ ነው ፡፡ የምእራባዊው ወገን አሁን ለቤተሰቡ የመቃብር ስፍራ ሆኖ ያገለግላል ፣ ግን ሁለት ሦስተኛው ምናልባት በጫካኔ ጫንቅላት እና በእግር ድንጋዮች የተጠቆሙ ምናልባትም በአርባ መቃብሮች ተሞልቷል ፡፡ ያረፈው ማን አሁን በሕይወት ማንም አያውቅም ፡፡ ነገር ግን ጸጥ ያሉ አልጋዎቻቸው ልክ የባለቤታቸው የራሳቸው ቤተሰብ ይመስላሉ፡፡ እ.ኤ.አ. በ 1631 ግንበኞች ወደ ሰማንያ የሚሆኑ ስደተኞችን ላከ ብዙዎችም በጥቂት ዓመታት ውስጥ ሞቱ እና እዚህም ተቀብረዋል ፡፡ እዚህም ጥርጥር በሌለው የመንግሥት መዛግብታችን ውስጥ ስማቸው ጎልቶ ከሚታዩት መካከል የብዙዎች ፍርስራሽ አር ል ፡፡ ”

. ስለ ከተማ ሽርሽር (ቀጠለ)

እ.ኤ.አ. በ 1789 ዋሽንግተን ፖርትሞዝን ሲጎበኝ የነፃነት ትግልን አጥብቆ ከጎኑ በቆመው የትን ከተማ ስነ-ህንፃ ብዙም አልተደነቀም ፡፡ በኮኔቲከት ፣ በማሳቹሴትስ እና በአዲሱ ሃምሻየር በኩል በተደረገው ጉብኝት በዚያ ዓመት በተዘገበው ማስታወሻ ላይ አንዳንድ ጥሩ ቤቶች አሉ ሲል ጽ ል ፣ ከእነዚህም መካከል የኮሎኔል ላንግዶን የመጀመሪያዎቹ ሊቆጠሩ ይችላሉ ፣ ግን በአጠቃላይ እነሱ ግድየለሾች ናቸው ፣ እና ከሞላ ጎደል ከእንጨት ፡፡ አገሪቱ በድንጋይ እና በጥሩ ሸክላ ለጡብ የተሞላች በመሆኗ በዚህ ተገርሜ ፣ በውሾችና በእርጥብ እርዳታዎች የተነሳ ጥሩ ነገር እንደሆኑ አድርገው እንደሚቆጥሯቸው እና በዚህም ምክንያት የእንጨት ሕንፃዎችን እንደሚመርጡ ተነግሮኛል ፡፡ ”

የኮሎኔል ላንግዶን ቤት ፣ በአስደሳች ጎዳና ላይ ፣ ታላላቅ አያቶቻችን የመገንባታቸው ስሜት የነበራቸው ጠንካራ እና የተከበሩ መኖሪያዎች ጥሩ ናሙና ነው ፡፡ የግንባታው ጥበብ በእነዚህ ሃምሳ ዓመታት የጠፋ ጥበብ ይመስላል ፡፡ እዚህ አገረ ገዥ ጆን ላንግዶን እ.ኤ.አ. ከ 1782 እስከ

1819 እስከሞተበት ጊዜ ድረስ ይኖር ነበር - በዚህ ወቅት በርካታ ታዋቂ ሰዎች በበሩ በር ላይ ትንሽ በረንዳውን በሚደግፉ በእነዚህ ሁለት ነጭ አምዶች መካከል አልፈዋል ። ከቀሪዎቹ ሉዊስ ፊሊፕፐ እና ወንድሞቹ መካከል ዱስ ዲ ሞንትፐንሴየር እና ቤዎጆላይስ እና በፈረንሣይ ጦር ውስጥ ዋና ጄኔራል የሆኑት ማርኩስ ደ ፐሴለስ በ 1780 ከፈረንሣይ ወደ ግዛቶች ከጎበኙት እ.ኤ.አ. የጋርኪሱ መጽሔት ለአስተናጋጁ ይህንን ማጣቀሻ ይ ል-“ከእራት በኋላ ከ ጋር ሻይ ለመጠጣት ሄድን ። ላንግዶን. እርሱ መልከ መልካም እና ጥሩ መኳኳዣ ነው ። እሱ የኮንግረስ አባል ሆኖ አሁን ከአገሪቱ የመጀመሪያ ሰዎች መካከል አንዱ ነው ። ቤቱ የሚያምር እና በሚገባ የታጠረ ነው ፣ እና አፓርታማዎቹ በጥሩ ሁኔታ ቼክ ተደርገዋል ”(ይህ እንደ ሚ / ር ሳሙኤል ይነበባል); ፖርትስማውዝ ወደብ ጥሩ የእጅ ጽሑፍ ገበታ አለው ። ወይዘሮ. ላንግዶን ፣ ሚስቱ ወጣት ፣ ፍትሃዊ እና ታጋሽ ቆንጆ ነች ፣ ግን ከባርጌኖች ጋር በተደረገበት ወቅት ታላቅ ድፍረትን እና አርበኝነትን እንዳሳየ በማወቅ ለእኔ ጥላቻ የነበረብኝ ከባሏ ይልቅ ከእሷ ጋር እናወራም ነበር። ”

ሦስቱ የምክንያት-ኦርሊያንስ ወንዶች ልጆች በላንደን መኖሪያ ቤት የተስተናገዱት በፈረንሣይ አብዮት ከፍታ ላይ ነበር ። ከብዙ ዓመታት በኋላ ፣ ሉዊስ ፊሊፕ በፈረንሣይ ዙፋን ላይ በነበረበት ጊዜ ፣ የደፋሩ ገዮርቨር ላንግዶን መኖሪያ አሁንም በሕልው ያለ ከሆነ በፍርድ ቤቱ የቀረቡትን የወደብ አፍቃሪ እመቤት ጠየቀ ።

ቤቱ ከግዙፉ የኦክ ዛፎች ወይም ከኤሊሞች ጥላ ስር ከመንገድ ያጌጠ ርቀቱን ወደ ኋላ ያቆማል እና በተራቀቀው እብነ በረድ ጉዞዎ ላይ ሲቀርቡት አስደናቂ ገጽታን ይሰጣል ። በበሩ በሁለቱም በኩል አንድ መቶ ሁለት ጫማ እና በጎዳናው ላይ ጎን ለጎን አንድ ትንሽ ከፍታ ያለው አንድ የጡብ ሕንፃ ፣ አንድ ቁመት ያለው አንድ ፎቅ ነው - ምናልባትም በቀደሙት ቀናት የአጓጓ ማረፊያ እና የመሰሪያ ቤት ነው ። ከቤቱ ጋር ተያይዞ አንድ ትልቅ የፍራፍሬ የአትክልት በታ አለ ፣ በጥሩ ሁኔታ ላይ የሚገኝ ፣ ህይወትን በምቾት የሚወስድ ፣ የጥንታዊው አገዛዝ በጥሩ ሁኔታ የተጠበቀ ጨማ አየር ያለው። ላንግዶን መኖሪያ ቤቱ በኋለኛው መ / ቤት ባለቤትነት እና ለረጅም ጊዜ ተይዞ ነበር። ዶር. ቡርቦች ፣ ለአርባ

ሰባት ዓመታት ያህል የተከበሩ ሬክተር ወይም ሴንት. የጆን ቤተክርስቲያን.

በሌላኛው ደስ የሚል ጎዳና ላይ እና አልፎ የምንሄድበት ሌላ የሚታወቅ ቤት አለ ። ፕሬዝዳንት ዋሽንግተን ፖርትሞዝን ቢያገኝም ከሥነ-ሕንጻው እይታ አንፃር በመጠኑ ማራኪ ቢሆንም የዛሬ ጎብ, የጥንት ጥንታዊ ጣዕም ያለው ከሆነ ፍላጎቱን በሚስቡ የአከባቢዎች እና ሕንፃዎች ብዛት ራሱን ያሳፍራል ። ከእነዚህ ሕንፃዎች ውስጥ አብዛኛዎቹ ዋሽንግተን በተጎበኙበት ቀን አዲስ እና ያለምንም ጥርጥር የተለመዱ ቦታዎች ነበሩ ። ጊዜ እና ማህበር የእነሱ ሥነ-ሕንፃ እና የሁለተኛ ደረጃ አስፈላጊነት ጥያቄ የሚያደርጋቸው ውበት እና ጠቀሜታ ሰጥቷቸዋል ።

አንድ ሰው በታሪክ ማራኪነት የተንፀባረቀባቸውን ንጣፎች እና ማዕዘኖች በመዳሰስ ፖርትማውዝ ውስጥ አንድ ሳምንት ሙሉ ያሳልፍ ይሆናል ፣ እናም በምንም መንገድ ዝርዝሩን አያሟላም ። ከተለመዱት የድሮ ቤቶች ጥቂቶችን ለመግለጽ ከመሞከር በላይ እና በጣም በአጭሩ ማድረግ አልችልም ። በዚህ ተመሳሳይ ደስ የሚል ጎዳና ላይ ሰፋፊ አዳራሾቻቸው እና የተቀረጹ መወጣጫዎቻቸው ፣ ጥንታዊ ዕቃዎች እና አሮጌ የብር ታንኳዎቻቸው እና የተመረጡ ኮልፖቶቻቸው ሳይታወቁ መተው ያለብን በርካታ ናቸው ። የዚህ አርቲስት ምርጥ ዘይቤ በርካታ ምሳሌዎች እዚህ ይገኛሉ ። በኮሊሊ የተሠራውን የቤተሰብ ሥዕል ሳይይዝ ፖርትሞዝ ውስጥ ለመኖር በአሮጌው ጎተራ የቀብር ስፍራ ቅድመ አያት እንደሌለው በቦስተን እንደ መኖር ነው ። ሊኖር ይችላል ፣ ግን ያብባል ማለት አይቻልም ። ይህንን መግለጫ ለስላሳ ለማድረግ ፣ በፖርትማዝ ውስጥ ያለው እያንዳንዱ ሰው ብዙ ነው - ወይም ፍትሃዊ ክፍፍል ቢደረግ ኖሮ እንደሚኖር እመለከታለሁ።

በከተማው ውስጥ በተሻለ ክፍሎች ውስጥ ቤቶቹ በእንደዚህ ዓይነት ጥሩ ጥገና የተያዙ ናቸው ፣ እና በብሩህ አረንጓዴ ዓይነ ስውራቸው እና አዲስ በተቀቡ ጣውላ ጣውላዎች በጣም ዘመናዊ ገጽታ አላቸው ፣ ስለሆነም እርስዎ ሳይጠረጠሩ ብዙ የቀድሞ ምልክቶችን ያስተላልፋሉ ። የጋምቤል ጣሪያ ያለበትን ቤት ባዩ ቁጥር ፣ የጋምቤል ጣራ ከአብዮቱ

በኋላ ፋሽን ስለወጣበት ቤቱ ቢያንስ መቶ ዓመት እንደሞላው በአዎንታዊ ሊመስሉ ይችላሉ ።

በዳንኤል እና በጸሎት ጎዳናዎች ጥግ ላይ ፖርትስሞዝ ውስጥ በጣም ጥንታዊው የጡብ ሕንፃ ነው - አስጠንቃቂው ቤት ። በ 1718 በካፒቴን ማህደር ማኪያፋሪስ ስሙ እንደተጠቀሰው ባለ ሀብታም ነጋዴ ፣ ሀብታም ነጋዴ እና የንጉሱ ምክር ቤት አባል የተገነባ ነው ። በአሜሪካ ውስጥ ከተመሠረቱት ቀደምት የብረት ሥራዎች አንዱ ዋና ፕሮጀክተር ነበር ። ካፒቴን ማፋድሪስ ከአስራ ስድስት የገዥ ጆን ጎትዎርዝ ልጆች አንዱ የሆነውን ሳራ ጎልድዎርን አገባ እና በ 1729 ሞተች ፣ እናቷ እናቷ ጋር በየቦታው በሚገኙት ኮፐላዎች የተቀረፀው ሥዕል አሁንም በዚህ ቤት ክፍል ውስጥ ተሰቅሏል ። , በካፒቴኑ ማኪያፋሪስ ስም የማይታወቅ, ግን በአማቱ ልጅ, . የቅኝ ግዛቶች አመፅ እስኪመጣ ድረስ የንጉ ምክር ቤት አባል ዮናታን አስጠንቃቂ ። “እኛ በደንብ በደንብ እስታውሰናል ። ማስጠንቀቂያ ብራዋስተር ፣ በ 1858 በመጻፍ “ከተደነቁ ባርኔጣዎች የመጨረሻዎቹ አንዱ ። በታዳጊ ዘውድ መኮንኖች ክብር ሁሉ ገና በልጅነት ራእይ ውስጥ አሁንም ከእኛ በፊት ነው ። በሰፊው የተደገፈ ፣ ረዥም ቀሚስ ቡናማ ካፖርት ፣ እነዚያ ትናንሽ ልብሶች እና የሐር ክምችት ፣ እነዚያ የብር አንጓዎች እና ያ አገዳ — ምንም እንኳን ከግማሽ ምዕተ ዓመት በፊት የሞላው እና ያነሳሳቸው ሕይወት ቢቆምም አሁንም እናያቸዋለን ።

አስጠንቃቂው ቤት ፣ የጋምቤል ጣሪያ እና የደቡብ መስኮቶች ያሉት ባለ ሦስት ፎቅ ሕንፃ ፣ በአዲሱ እንግሊዝ ውስጥ ከየትኛውም ቦታ ጋር እንደሚገናኙ ሁሉ የወቅቱን ሥነ-ሕንፃ ጥሩ እና ወሳኝ ነው ። በህንፃው ውስጥ ያገለገሉ ብዙ ቁሳቁሶች እንደነበሩ ሁሉ አስራ ስምንት ኢንች ግድግዳዎች ከሆላንድ የተገኙ ጡቦች ናቸው - በእነዚያ ቀናት የምድጃ-ድንጋዮች ፣ ሰቆች ፣ ወዘተ. የጡብ ሥራ በቀጥታ በሴላሩ ጠንካራ ግድግዳዎች ላይ ይቀመጣል ። ውስጠኛው ክፍል ስለ ማንቴል መደርደሪያዎች ፣ ስለ ጥልቅ መስኮቶች እና ስለ ኮርኒስ ዳርቻዎች በመቆንጠጫ እና በእንጨት ቅርፃቅርፅ የበለፀገ ነው ። አዳራሾቹ ሰፋ ያለ እና ረዥም ፣ ከሄደ ፋሽን በኋላ ፣ በሚያማምሩ መወጣጫ ደረጃዎች ፣ በቀላል ማእዘን የተቀመጡ እና ልክ ወደ ዘመናዊው ቤት የላይኛው ክፍል

እንደሚደርሱባቸው መሰላልዎች ልክ ቀጥ ብለው አይቆሙም ። ዋናዎቹ ክፍሎች በጣሪያው ላይ ተስተካክለው እና በትንሽ ክፍት የዱች ፋይሎች ያጌጡ ትላልቅ ክፍት የጭስ ማውጫ ቦታዎች አላቸው ። በአንዱ የማስጠንቀቂያ ቤት ውስጥ ፓርላማዎች ውስጥ ቻይና ፣ የብር ሳህን ፣ አልባሳት ፣ ያረጁ ሰዓቶች እና የመሳሰሉት የቤተሰብ ቅርሶች የተመረጡበት ቦታ አለ ። አንዳንድ አስደሳች ሥዕሎችም አሉ - በዚህ ጊዜ በኮፒሊ አይደለም ። በአዳራሹ መስኮቶች በሁለቱም በኩል በደረጃው አናት ላይ በሰፊ ቦታ ላይ የሕይወት መጠን ያላቸው ሁለት ሕንዶች ሥዕሎች አሉ ። ምናልባትም ካፒቴኑ ማፋፊድስ አብረውት የነበሯቸው የበርካታ አለቆች ምስሎች ናቸው ፣ ምክንያቱም ካፒቴኑ በሱፍም ሆነ በብረት ሥራ ላይ ተሰማርቶ ነበር ። በቀይ ጓደኞቹ ለመካፊዲያሪስ የቀረቡት እጅግ በጣም ብዙ የኤልክ ጉንዳኖች በታችኛው አዳራሽ ውስጥ ተንጠልጥለዋል ።

በአጋጣሚ ፣ ከሠላሳ ወይም ከአርባ ዓመታት በፊት በዚህ የታችኛው አዳራሽ ግድግዳ ላይ ለረጅም ጊዜ የተደበቁ ሥዕሎች ወደ ብርሃን ተገለጡ ። የፊት ለፊት መግቢያውን ሲጠግኑ አራት ወይም አምስት ንብርብሮች የተከማቹበትን ወረቀት ማውጣት አስፈላጊ ሆነ ። በርካታ መደረቢያዎች በንጽህና የተላጡበት አንድ ቦታ ፣ አንድ ትንሽ የቤተሰቧ ልጃገረድ የፈረስ መስቀያ ታየ ። ከዚያም ሰራተኛው ወረቀቱን በጥንቃቄ ማውጣት ጀመረ ። በመጀመሪያ እግሮቹን ፣ ከዚያ ከፈረሰኛው ጋር አንድ የፈረስ አካል ተገለጠ እና የተደነቀው የወረቀት መስቀያ በባትሪ መሙያው ላይ በገዢው ፊሊፕስ የሕይወት መጠን ውክልና ፊት ቆመ ። ሰራተኛው ሌሎች ሰዎችን እንዲጠራው ጠርቶ የተቀረው የግድግዳው ክፍል አራት ወይም አምስት መቶ ካሬ ጫማዎችን በቀለማት ያሸበረቁ ረቂቅ ስዕሎች ፣ የመሬት አቀማመጦች ፣ የማይታወቁ ከተሞች እይታዎች ፣ የመጽሐፍ ቅዱስ ትዕይንቶች እና ዘመናዊ ቅርፃ ቅርጾች ፣ በመካከላቸው በተሸከረከረ ጎማ ላይ አንዲት ሴት ነበረች ። እስከዚያው በሕያዋን ምድር ውስጥ ስለ እነዚያን የተደበቁ ሥዕሎች ምንም የማያውቅ ሰው የለም ። ከልጅነቷ ጀምሮ እስከ ቅርብ ጊዜ ድረስ በቤት ውስጥ በጣም የጎበኘች የሰማንያ ሴት ፣ ግን መነፅሮ ን ለማመን ፈቃደኛ አልነበሩም (ምንም እንኳን አቅርቦት ካም ቢያደርጋቸውም (1)) ከፍሬሶቹ ጋር ፊት ለፊት ሲገናኙ ። (1. በዚህ ምዕተ-ዓመት መጀመሪያ

ላይ የአቅርቦት ካም የፖርትሞዝ ዋና የዓይን ሐኪም እና የእጅ ሥራ ባለሙያ ነበር ።)

ቦታው በበርካባክ የበለፀገ ነው ፣ ግን እነዚህ የማይመቹ ህትመቶች ፣ በግልጽ የተለማመደው የእጅ ሥራ መሆናቸው የበለጠ አስገራሚ ነገር የለም ። ከአሮጌው ህንፃ ውጭም ቢሆን ለጥንታዊ ቅርስ ፍላጎት የለውም ። በዛሬው እለት አስጠንቃቂውን ቤት የሚከላከለው የመብረቅ በትር በ 1762 በቢንጃሚን ፍራንክሊን በራሱ ቁጥጥር ስር ተደረገ - በሁሉም ዝግጅቶች ላይ እንደ እውቅና የተሰጠው ወግ ነው እናም በአዲሱ ሃምፕሻየር ውስጥ የተቀመጠው የመጀመሪያው ዘንግ ነው ተብሎ ይገመታል ። ቤንጃሚን ፍራንክሊን “በግል የተመራው” የመብረቅ ዘንግ በትንሹ ተጋላጭ የኤሌክትሪክ ኃይል እንኳን ማራኪ ነገር መሆን አለበት። አስጠንቃቂው ቤት በጎብው በጎ ፈቃድ ሌላ አስፈላጊ ጥያቄ አለው - ጆርጅ ዋሽንግተን እዚያው መተኛቱ በአዎንታዊ አይታወቅም።

በደቡብ ምዕራብ የፍርድ ቤት ጥግ እና በአትኪንሰን ጎዳናዎች ላይ ከሚገኘው አሮጌው ቢጫ ሰፈር ጋር ተመሳሳይ ማረጋገጫ ሊሰጥ አይችልም ። ዝነኛ የድሮ ቤቶች ስለ ጥግ ዕጣዎች ዋጋ ግንዛቤአዊ ግንዛቤ ያላቸው ይመስላል ። የሚቻል ነገር ከሆነ ሁል ጊዜ እራሳቸውን በጣም በሚፈለጉ ቦታዎች ላይ ያኖራሉ ። ዋሽንግተን አንድ ምሽት ብቻ ሳይሆን ብዙ ሌሊቶች በዚህ ጣሪያ ስር መተኛቱ ጥርጥር የለውም ። ምክንያቱም ይህ ቀደም ብሎ እና ለነፃነት ጦርነት ተከታይ የሆነ ማክሰኞ ቀን ነበር ፣ እና ዋሽንግተን በፖርቹዝ በ 1797 ጉብኝቱ ወቅት ዋና መስሪያ ቤቱ አደረገው ። ፣ ሁሉም የአካል ችሎታቸው ያልተስተካከለ ፣ ግን ዘጠና ዘጠኝ ዓመታት በእሷ ላይ መናገር የጀመሩት እውነተኛ አሮጊት ሴት - ዋሽተንን በደንብ የምታውቅ ። ወደ ፖርትሞዝ ሲመጣ በአሠራዎቹ ዕድሜ ውስጥ ልጃገረድ ነበረች ። ፕሬዚዳንቱ በሕይወቷ የመጨረሻ አሥር ዓመታት ውስጥ የአልጋ ቁራኛ በሆነችው ቤት ውስጥ በሄደችው የሕይወቷ ዋና ውይይት ነበር ። እና እነዚያ አስር አመታት ዋሽንግተን ምናልባትም በጭራሽ ያልከፈለችውን የፊት ገጽታዋን በማስታወስ ለአሮጌዋ ሴት አጭር እና አስደሳች በሆነ መልኩ ይመስለኛል ።

አሮጌው ሆቴል - አሁን በጣም ጥሩ ያልሆነ የመጠለያ ቤት - በ 1770 በጆን ታቨርስ ፣ በእንግዳ ማረፊያ ሠራተኛ የተገነባው ፣ በበሩ ፊት ለፊት አንድ ረዥም ምሰሶ በተከለው የሄሊፋክስ የጆሮ ምልክትን ያወዛውዘው ነበር ። ስቴቨርስ ከዚህ ቀደም ተመሳሳይ የመንግስት ስም ያለው የእንግዳ ንግሥት ላይ ተመሳሳይ ስም ያለው የእንግዳ ማረፊያ ቤት ያስቀምጡ ነበር ።

እሱ አራት ማዕዘን ቅርፅ ያለው ባለሦስት ፎቅ ሕንፃ ነው ፣ አሳፋሪ እና ተስፋ አስቆራጭ ነው ፣ ስለእሱ ለሚሰባሰቡት በጣም አስፈላጊ ታሪካዊ ማህበራት ምንም ፍንጭ አይሰጥም ። በሶስት ፎቅ ሕንፃዎች በፖርትሞዝ ውስጥ እምብዛም ስለነበሩ በተቋቋመበት ጊዜ እንደ አንድ ትልቅ መዋቅር ተደርጎ አይጠረጠርም ። በ 1798 እንኳን ከተማዋ ከኮረጀቻቸው ስድስት መቶ ሀያ ስድስት መኖሪያ ቤቶች ውስጥ ሰማንያ ስድስት የአንድ ፎቅ ፣ አምስት መቶ ሀያ አራት የሁለት ፎቅ እና ከሦስት ፎቅ አስራ ስድስት ብቻ ነበሩ ። የስቴቨሮች ማረፊያ የእንግዳ ማረፊያ ጣራ ጣራ አለው ፣ ግን በዛ ዘመን በዘመኑ እጅግ የታወቁ ቤቶች በሮች እና መስኮቶች ላይ የሚታዩትን የእንጨት ጌጣጌጦች ይጎድላቸዋል ። ሆኖም የወቅቱ ሆቴል ነበር ።

ያ ተመሳሳይ የደከመው ደጅ በየትኛው ሚ.ር. ' አሁን በጨረቃ ከሰዓት በኋላ እራሱን ይዘረጋል ፣ በአጭሩ የሸክላ ቧንቧ በከንፈሮቹ መካከል ተጣብቆ እና ባርኔጣውን በብሩሹ ላይ ተደምስሷል ፣ ይህም የነገሮችን አሳዛኝ ለውጥ በማዞር ነው - ተመሳሳይ ደጃፍ በጄኔራሎች እና በማራኪዎች እግር ተጭኖ ነበር የክልሎች ዕጣ ፈንታ ላይ የተመረኮዙ የመቃብር ሰዎች እና የመንግሥት ባለሥልጣናት - በወርቅ ማሰሪያ እና በቀይ ጨርቅ የለበሱ መኮንኖች ፣ እንዲሁም በፓኬት ፣ በዱቄት እና በፓዱአሰይ ውስጥ ከፍተኛ ተረከዝ ያሉ ቀበቶዎች። በዚህ በር ላይ ከቦስተን ሾልከው የገቡት የበረራ መድረክ አሰልጣኝ በሳምንት አንድ ጊዜ ተሳፋሪዎቻቸውን ጨኑ - እና ብዙውን ጊዜ ታዋቂ ተሳፋሪዎች ነበሩ ። የቅኝ ግዛቶች ከመገንጠላቸው በፊት እና በኋላ የመሬቱ ዋና ታዋቂ ሰዎች አብዛኛዎቹ በሃሊፋክስ የጆሮ ምልክት ላይ ዋና አስተናጋጆች እንግዶች ነበሩ ።

በቅኝ ግዛቶች እና በእናት ሀገሮች መካከል ማዕበሉ እየተፋፋመ ባለበት ወቅት ፣ የዘውድ ተከታዮች ጉዳዮችን ለመወያየት የተገናኙት በዋሻው ጀርባ ክፍል ውስጥ ነበር ። ባለንብረቱ ራሱ አማተር ታማኝ ነበር ፣ እና ሙሉ ደመናው በሚሰበርበት ዋዜማ ላይ በሚመጣበት ጊዜ የሚመጣውን አውሎ ነፋስ ቀድሞ ማወቅ ነበረበት። የነፃነት ልጆች ማስተር እስቴቨርስ ውስጥ በሚገኙት የታሪኮች የምስጢር ስብሰባዎች በጭካኔ ዓይኖች ለረጅም ጊዜ ሲመለከቱ ቆይተዋል እናም አንድ ቀን ጠዋት አርበኞች ጸያፍ የሆነውን አርማ የሚደግፍበትን በታ በፀጥታ መቁረጥ ጀመሩ ። አቶ. እሱ ጠብ ጠብ ያለ አይመስልም ፣ ግን በሌሎች ውስጥ ጠብ እንዲነሳ ምክንያት የሆነው እስቴቨርስ ፣ የጥቁር ባሪያውን ሂደት ለማስቆም ትእዛዝ ሰጠ ። በመጥረቢያ የታጠቀው ኔግሮ አንድ ጊዜ መምታት ጀመረ እና ጠፋ ። ይህ ድብርት በታላቅ ምልክት ራስ ላይ ወደቀ ። አልገደለውም ግን እስከ አርባ ዓመት ድረስ እስከሞተበት ቀን ድረስ እብድ ሰው ተወው ። አንድ በጣም የተናደደ ህዝብ በአንድ ጊዜ ተሰብስቦ በበሩ ውስጥ እየፈነዳ በመስኮቶቹ ውስጥ ያሉትን መስታወቶች ሁሉ በማፍረስ በመጠጥ ቤቱ ላይ ጥቃት ሰነዘረ ። ሆቴሉ ከጥፋት የተዳነው ሞቅ ያለ እና ተወዳጅ አርበኛ በካፒቴን ጆን ላንግዶን ጣልቃ ገብነት ብቻ ነበር ።

በመካከለኛ ደረጃ ማስተሮች ከኋላ ባሉት ጋጣዎች ሲያመልጡ ነበር ። ሆቴሉን እራት ያበረከተለት በጣም በተገቢው ሰው ተብሎ በሚጠራው ጓደኛው ዊሊያም ድስት የተሰደደው እዚያው ወደ እስታራ ሸሸ ። ከተወሰነ ጊዜ በኋላ የደስታ ስሜት ፈሰሰ ፣ እናም እስቴቨርስ ወደ ፖርትማውዝ እንዲመለስ ተደረገ ። እሱ በደህንነት ኮሚቴው ተይዞ በእውነቱ እጅግ ከፍ ብሎ የማያውቀው ታማኙ ከዜሮ በታች ሲወርድ በ እስር ቤት ውስጥ አደረ ። የቃል ኪዳኑን ቃለ መሃላ በመፈፀም ከእስር ከተለቀቀ ብዙም ሳይቆይ ሆቴሉን እንደገና ከፈተ ። የዊሊያም ልጥ ሐቀኛ ፊት በንስሐ ምልክት ላይ ፣ በሃሊፋክስ ምክትል ጆሮው ላይ በንቀት ተወግዷል ፣ እና እስቴቨርስ እንደገና ራሱ ነበር ። በመንግስት መዛግብት ውስጥ የጆን ስቴቨርስ እንዲስፋፋ ከድሃው ክቡር ልመና የሚከተለው ደብዳቤ ነው--

ፖርትሞዝ ፣ የካቲት 3 ቀን 1777 ለኤክስተር ከተማ ለደህንነት ኮሚቴ- ክቡራን - እኔ እንዳወቅኩኝ ሚስተር. ምኞቶቼን በሚቃወሙበት ምክንያት የእኔ መለያዎች በጋዜጣ ውስጥ ታስረዋል ፣ ምክንያቱም እኔ በአባቴ ነበር ። በጾም ቀን ያስተናግዳል በጌታው ላይ ምንም ህመምም ሆነ ሀሳብ አልነበረኝም ነገር ግን በመጥፎ ዕድል ወይም በመጥፎ መጥፎ ጉዳት ደርሶብኛል ግን በጣም ጥሩ ነው ከአንድ ወይም ከሁለት ቀን በኋላ ለመሄድ ተስፋ አደርጋለሁ ። ስለዚህ በዚህ የኮሚቴው ጌትነት ሰውዬን በእኔ ሂሳብ እንደሚለቁት ተስፋ አደርጋለሁ ። እኔ የማገለግልበት እኔ ነኝ ። ለሀገሬ ጓደኛ ክቡር ፣ ምልክት አድርግ ።

ከዚያ ጊዜ አንስቶ እስከ አሁን ድረስ እስቴቨርስ ቤት የበለፀገበትን ዓመት እስከማላውቅ ድረስ ። የፈረንሣይ መርከቦች መኮንኖች በ 1782 የገቡት በዊሊያም ጉድጓድ ምልክት ላይ ነበር ፣ እናም ማሚያ ላፋዬት ፣ ከፕሮቪዥን እስከ ሊጎበ ቸው መጣ ። ጆን ሀንኮክ ፣ አልብሪጅ ጀር ፣ ሩዝ እና ሌሎች የማስታወቂያው ፈራሚዎች በተለያዩ ጊዜያት እዚህ ኖሩ ። አጠቃላይ እ.አ.አ. ነበር - “ያ ጀግና ሰው ፣ ሁለት መኮንኖች እና ሶስት በሳንባዎች” - የእራት ግብዣውን ያዘዘው ፣ እና በስታንቴሪያን ድምፅ የምስጋና ማስተር ደረጃውን የላገራውን የላቀ። አንድ ቀን - በፈረንሣይ አብዮት ጊዜ ነበር - ሎይስ ፊሊፐፐ እና ሁለት ወንድሞቹ በዊሊያም ጉድጓድ በር ላይ ለማደሪያ አመኑ; ግን ማደሪያው ሞልቶ ነበር ፣ እና የወደፊቱ ንጉስ ከአጋሮቻቸው ጋር በአስደናቂ ጎዳና ላንግዶን በእንግዳ ተቀባይነት ባለው ጣሪያ ስር ምቹ ማረፊያዎችን አገኙ ።

በማዕዘኑ ላይ ባለው በዚህ አሮጌ ቢጫ ቤት ውስጥ የተደነገጉ ትዕይንቶች ፣ አሳዛኝ እና አስቂኝ ፣ አንድ ጥራዝ ይሞላል ። የድሮውን ጊዜ ማህበራዊ እና ህዝባዊ ሕይወት የሚያሳይ አንድ ጥርት ያለ ችሎታ ባለው የእጅ ቀለም የተቀባ ሊሆን ይችላል ፣ ለኋላ አንድ ሁለት የሃሊፋክስ ማረፊያዎችን በመጠቀም ። ሠዓሊው ለጌጣጌጥ ቤተ-ስዕሉ የተደባለቀ የግብረ-ሰዶም እና የሰምበር ቀለሞች እና ሸራውን የሚጠብቁ መቶ የፍቅር ክስተቶች ያገኛል ። ከእነዚህ የፍቅር ክፍሎች አንዱ በመጨረሻው በተከታታይ በተከታታይ በሚገኘው የጎዳና ላይ የእንግዳ ማረፊያ ታሪኮች በሎንግሎክ ወደ በጣም ቆንጆ መለያነት ተለውጧል - የገዢው ቤኒንግ

ጎልድዝ ጋብቻ ከማርሃ ሂልተን ጋር ፣ አንድ ዓይነት የሁለተኛ እትም ዓይነት የንጉሥ ኮፌታ እና ለማኝ ገረድ ፡፡

ማርትሃ ሂልተን በልጅነቷ ባዶ እግሯ እና ቁርጭምጭሚቷ እንዲሁም በጣም ደካማ የሆነች ምስኪን ልጅ ነበረች እና በአሠራዎቹ የዕድሜ ክልል ውስጥ በነበረችበት ወቅትም እንኳን ጥሩ የእንግዳ ማረፊያ ባለቤቶችን ሚስት የማሳየት ልማድ ነበራት ፡፡ በሃሊፋክስ የጆሮ ማዳመጫ በር ላይ አንድ ቀን ከሰዓት በኋላ ቆመ ፣ (1. ያንን ማዕረግ ከሚሸከሙት ሁለት ሆቴሎች ውስጥ የመጀመሪያው. ሚ / ር ቢራስተር በጃፍሬይ ጎዳና ውስጥ ይህ ክስተት የተከሰተበትን ቦታ በመፈለግ አሁን ትንሽ ፍርድ ቤት ገብቷል ፡፡ እስከ ገዥው ቤኒንግ ጎትዎት ሞት ድረስ አልተገነባም ፣ ሚስተር ረጃጅም ፣ በግጥሙ ውስጥ በተመሳሳይ ስህተት ውስጥ አይወድቅም ፡፡

"ከመቶ ዓመት በፊት እና ከዚያ በላይ የሆነ ነገር ፣
በንግስት ጎዳና ፣ በፖርትሞዝ ፣ በጎጆዋ በር ፣
ንጹሕ እንደ ሚስማር ፣ እንደ አበባም ያብባል ፣
እመቤቷን በፎብሎ ውስጥ ቆመች ፡፡ ")
ደም እስቴቨርስ ገጣሚው በንፁህ እንደሚለው "የተለወጠው የፀሐይ ጨረር ዳንስ" በሚለው ጥርት ያለ የአካል ጉዳት እና ቀላል የተጎነጎነች ማርታ ፣ ድንኳን ውሃ ተሸክማ ወደ ማደሪያው ማለፍ ከቻለችው ጋር እንደገና ለማስታወስ አጋጣሚ አግኝቷል ፡፡

"አንተ ፓት! ፓት! ወ / ሮ አለቀሱ ፡፡ ስቶቨሮች በከባድ; "ለምን እንዲህ ሆነህ ትሄዳለህ? በጎዳና ላይ መታየት ሊያፍሩ ይገባል ፡፡ "

"እስቲ እንዴት እንደምታይ በጫራሽ ፣" ሚስቴ ማርሃ ትናገራለች ፣ በደስታ ሳቅ ፣ ከአለባበሷ ውስጥ አንድ ቡናማ ቡናማ ትከሻ እንዲንሸራተት በማድረግ ፣ "ገና በሠረገላዬ ላይ እጋልባለሁ እማዬ ፡፡"

የታደለ ትንቢት! ማርትሃ ወደ ባህር እየተመለከተ በትንሽ ወደብ በሚገኘው ቤተመንግስቱ ከገዥው ጎልድ ዎርዝ ጋር እንደ አገልጋይ ሆኖ ለመኖር ሄደ ፡፡ ሰባት ዓመታት አለፉ እና ታላቅ ውበት እንደማይሆን ቃል የገባችው "ቀጭኗ ልጃገረድ" ፣ እንደ ቼሪ ያለ እንደ ቼሪ እና እንደ ሻይ

ጵጌረዳ ያለ ጉንጬ ፣ በደመነፍስ ሴት ፣ ከተፈጥሮ ሴቶች መካከል አንዷ ። አገረ ገዥው ብቸኛ መበለት እና ገና ወጣት ያልነበረ ገዥው ቆንጆ ባሪያውን ይወድ ነበር። ዓላማውን ለማንም ሳይገልፅ ፣ ገዥው ጎርዎዝ በተወለዱበት ቀን በትንሽ ወደብ አብረውት እንዲመገቡ በርካታ ወዳጆችን ጋበዘ (ሌሎችም ሬቭ. አርቱር ቡናማ) ። በጣም የተብራራ የእራት ግብዣ ከተጠናቀቀ በኋላ እንግዶቹ ስለ ትምባሆ ቧንቧዎቻቸው እየተወያዩ ነበር ፣ ማርታ ሂልተን ወደ ክፍሉ ተንሸራተተ እና የጭስ ማውጫ በታው ፊት ለፊት ፊት ለፊት ቆሞ ፊት ቆሞ ቆመ ። እርጉዝ እንደምትሆን በጥሩ ሁኔታ ለብሳ ፀጉሯን ሶስት ፎቅ ከፍታ ለብሳለች ። እንግዶቹ እርስ በእርስ ተያዩ እና በተለይም በእሷ ላይ ተመለከቱ እና ተደነቁ ። ከዚያም ገዥው ከመቀመጫው ተነስቶ ፣

“ከሽፍታዎቹ ጋር ትንሽ ተጫውቶ ከዚያ ወደታች ተመለከተ ፣
እና ለተከበረው አርተር ቡናማ
ይህ የእኔ የልደት ቀን ነው; እንደዚሁ ይሆናል
የእኔ የሠርግ ቀን; ታገባኛለህ!

ሬክተሩ በቤት ውስጥ የተካሄደውን ትሑት መሠረት ማርታ በማወቁ ደብዛዛ ነበር ፣ እናም “ለማን ነው ክቡርነትህ” ከማለት የበለጠ ብልህ የሆነ ነገር ማሰብ አልቻለም ። በጭራሽ ብልሹ ያልሆነው ።

ገዥው ማርቲሃ ሂልተን በእጁ ይዞ “ለእዚህች ሴት” መለሰች ። ሪቪው አርቱር ቡናማ አመነ ። “እንደ ኒው ሃምፕሻየር ዋና ዳኛ እኔ እንድታገባ አዝሃለሁ!” የመዘምራን አዛውንት ገዥ አለቀሰ ።

እናም እንዲህ ሆነ; እና ቆንጆዋ የወጥ ቤት ሴት እመቤት ቀና ትሆናለች እና በራሷ ሰረገላ ላይ ወጣች ። በስቴቨር ሆቴል ለማሽከርከር ቀደምት ዕድልን ባታገኝ ኖሮ ሴት ባልነበረችም!

ለአዲሱ ጣቢያዋ ክብር ከፍተኛ አድናቆት ነበራት እና በአንድ ጊዜ ታላቅ ሴት ሆነች ። ከተጋባች ከጥቂት ቀናት በኋላ ቀለበቷን መሬት ላይ እየጣለች በደስታ አገልጋ ን እንዲያነሳ አዘዘች ። ቆንጆ ቀልድ ያለው የሚመስለው አገልጋዩ በድንገት በማየት አቅራቢያ አድኋል ፣ እና እመቤት ጎዎርዝ ተጎንብሳ የወጣትነት ጣቷን በላዩ ላይ እስክታደርግ ድረስ ቀለበት

ማድረግ አልቻለም ። እሷ ግን እንከን የለሽ ሚስት ሆነች; እና ገዥው በ 1770 በተከሰተው ሞት በእውነቱ ጎቶት ሄዶ ንብረቱን በሙሉ በመተው እሷን እንደፀደቀች ያሳያል ። በ 1767 ወደዚህች ሀገር የመጣው ጡረታ የወጣው የብሪታንያ ጦር ኮሎኔል ሚካኤል ጎዎርዝ የተባለ ስሟን ሳይቀይር እንደገና አገባች ። ኮሎኔል ጎዎርዝ (አልተገናኘም ፣ እኔ እንደማስበው ፣ ከ ፖርትሞዝ የጎድ ዎርዝ ቅርንጫፍ) አንድ አዕምሯዊ አዕምሮ ያለው ይመስላል። በከፍተኛ የኑሮ ኑሮ ውስጥ የሚስቱን ሀብት በአጭር ጊዜ ውስጥ አካትቶ በድንገት በኒው ዮርክ ውስጥ ሞተ - በገዛ እጁ የታሰበው ። የመጨረሻ ቃላቱ - ለመጨረሻ ቃላት ሥነ ጽሑፍ በጣም ልዩ አስተዋጽኦ - “ኬኬን አግኝቼ በላሁ” የሚል ነበር ፣ ይህም በእራሳቸው መጠነኛ ውስንነት ውስጥ ያለው ኮሎኔል ፈላስፋ መሆኑን ያሳያል ።

ከገበያ አደባባይ አስደሳች የእግር ጉዞ በአነስተኛ ወደብ የገዥው ጎርዎዝ ቦታ መጎብኘት ተገቢ ነው ። ፖርትስማውዝ ውስጥ ካሉ ማናቸውም የድሮ ቤቶች ይልቅ ጊዜ እና ለውጥ በዚህ እፍፍፍፍፍ ባለ አሮጌ ክምር ላይ እጃቸውን ይበልጥ አቅልለዋል ። የበሩን ደፍ ሲያቋርጡ ወደ ቅኝ ግዛት ዘመን ይገባሉ ። እዚህ ያለፈው ጊዜ እርሱን እስኪያገኙ ድረስ በመጠበቅ በትህትና ያቆመ ይመስላል። አሮጌው ገዥ እንደለቀቀው በ ቤተመንግስት ውስጥ እና ውጭ ይቀራል ፣ ምንም እንኳን በአሁኑ ጊዜ በቤተሰብ ንብረት ውስጥ ባይኖርም ፣ የአሁኑ ባለቤቶች የእንግዳ ሰዎችን ትክክለኛ ፍላጎት ለማወቅ በሚያስችላቸው ፈቃደኝነት ፣ ቦታውን ሁልጊዜ የሚለይ እንግዳ ተቀባይነት ያሳያሉ ።

ቤቱ የስነ-ሕንጻ ፍራንክ ነው ። ዋናው ህንፃ - ዋናው ህንፃ ከሆነ በአጠቃላይ ሁለት ፎቅ ነው ፣ ያልተስተካከለ ክንፎች በውሃው ውስጥ የሚከፈቱ አራት ማእዘን ጎኖች ይሰራሉ ። እሱ በአጭሩ ፣ በተለያዩ ጊዜያት የተገነቡ ይመስላሉ የተባሉ የይስሙላ ቅጥያዎች ስብስብ ነው ፣ እንደዛ እንዳልሆነ አምናለሁ ። ግንቡ በ 1750 ተጠናቀቀ ። በመጀመሪያ በውስጡ አምሳ ሁለት ክፍሎችን ይ ል ። የህንፃው የተወሰነ ክፍል ከአርባ አምስት አፓርተማዎች በመተው ከግማሽ ምዕተ ዓመት በፊት ተወግዷል ። ክፍሎቹ ባልተለመደ ሁኔታ ፣ ወደላይ ወይም ወደታች በሚመጡት ባልተጠበቁ እርምጃዎች እና በአናጺው ሀሳቦች ደስተኛ

ያልሆኑ የሚመስሉ ትናንሽ አንቀጾች ተገናኝተዋል ። ግን እሱ በታላቅ ሚዛን እና በትልቅ አየር የሚገኝ ትልቅ መኖሪያ ነው ። በአደጋው ጊዜ የቤቱ ሠላሳ የፈረስ ጭፍራ ወጋ ። ለስቴቱ በጣም አስፈላጊ የሆኑ ሁሉም ጥያቄዎች ለብዙ ዓመታት ሲወያዩበት የነበረው የምክር ቤቱ ምክር ቤት ፣ ባለፈው ምዕተ-ዓመት እጅግ የበለፀገ ዘይቤ የተጠናቀቀ ሰፊ ፣ ከፍተኛ ክፍል ያለው ክፍል ነው ። በቢላ እና በጠርዝ የተቀረፀው የግዙፉ ማጌል ጌጥ ለሠራተኛው የአንድ ዓመት ቋሚ የጉልበት ሥራ ያስከፍላል ተብሏል ። በምክር ቤቱ መግቢያ በር ላይ አሁንም የአስራ ሁለቱ የገዥው ዘበኛ ቅርጫቶች መደርደሪያዎች አሉ - ከረጅም ጊዜ በፊት ተሰናብተዋል!

ጀን ሀንኮክን ያገባች ቆንጆ ዶርቲ ኩዊንስ እና ከዚያ በኋላ እማዬ ስኮት የሆነች ጥሩ ዋጋ ያላቸው የቤተሰብ ምስሎች እዚህ ግድግዳዎችን ያስውባሉ ፣ ከእነዚህ መካከል ጥሩ ስዕል-አዎ በጓደኛችን ኮብልይ ይህች ሴት የዶ / ር እህት ነበረች ። የሆል “ዶሮቲቲ ጥ” በምክር ቤቱ-ክፍል ላይ መከፈት ትልቅ የቢሊያርድ ክፍል ነው ። የቢሊየር-ጠረጴዛው አል ል ፣ ግን የጥንት ልጃገረድ የመጀመሪያ አየር እና የትንፋሽ ድምፅ ያለው ጥንታዊ ሽክርክሪት አለ ፣ በአንዱ ጥግ ደግሞ ጥፍር እግር ያለው ቡፌ ቆሟል ፣ በአጠገብ ያለው ምናባዊ የአፍንጫ ቀዳዳ አሁንም ደካማ እና የሚያደናቅፍ የቅኝ ገዥ ቡጢ ሽታ ያገኛል ። በምክር ቤቱ አዳራሽ ውስጥ መከፈት አሁን ባዶ እና ዝም ያሉ በርካታ ጥቃቅን አፓርተማዎች አሉ ፣ በዚህ ውስጥ ብዙ የተጠጋ ጎማ በታዋቂ እጆች የተጫወተባቸው ። የድሮው ቤት ጸጥታ እና ብቸኝነት እዚህ በጣም የሚያሳዝን ይመስላል። የጌጣጌጥ ጣቶች አቧራ ናቸው ፣ የደስታ መሳቂያዎች ከክፍል ወደ ክፍል እየሰረቁ እራሳቸውን ወደ ዝምታ ፣ ወደ አሳዛኝ ፍጥረቶች ቀይረዋል ። ቦታውን በሚያሳድደው ባህላዊው መናፍስት ማመን ቀላል ነው-

“በጥንት ዘመን አስቂኝ ስፍራ ፣
ግን አንድ ነገር አሁን ይጎዳል! ”

በትንሽ ወደብ ያለው ቤተመንግስት የጎርዎርዝ ስም የሚጠራው ብቸኛው ታሪካዊ ቤት አይደለም ። ቅኝ ገዢዎች የብሪታንያ ቀንበርን እንደጣሉት ደብዳቤ እስከሚሆንበት ጊዜ ድረስ ከ 1767 ጀምሮ ሥራውን

የጀመረው ገዥ ጆን ጎዎርዝ የተባለ ደስ የሚል ጎዳና ላይ ፣ በዋሽንግተን ጎዳና ራስ ላይ ፣ የሌላው ቅኝ ገዢ ብቁ መኖሪያ ነው ። ለጊዜው የመልካም ሰው ሥራ ጠፍቶ ነበር ። እሱ በጣም የአበባው ገጽታ ዘውዳዊ ነበር ። እ.ኤ.አ. በ 1775 ጆን ፈንቶን የተባለ አንድ ሰው እና የነፃነት ልጆችን ማሰናከል የቻለው በብሪታያ ጦር ውስጥ የቀድሞ ካፒቴን ፣ በዚህ ቤት ውስጥ የሸሸውን ወደ ህዝብ ለማድረስ ፈቃደኛ ባለመሆኑ በአስተዳዳሪው በዚህ ቤት ውስጥ ቅዱስ ስፍራ ተሰጠው ። ሕዝቡ በበሩ ደጃፍ ፊት ለፊት ትንሽ መድፍ (ያልተጫነ) ተክሎ ፌንቶን ካልመጣ ተኩስ እንደሚከፍት አስፈራርቷል ። ወደ ፊት አብሮ መጣ ። ቤተሰቡ በጓሮው በኩል ግቢውን ለቅቆ የወጣ ሲሆን ህዝቡ ከፍተኛ ጉዳት በማድረስ ገባ ። የተሰበረው የእብነ በረድ የጭስ ማውጫ ቦታ አሁንም አልተቀየረም-አመፅን በመቃወም ድምፁን በማሰማት ላይ ይገኛል ። ይህ ክስተት ከተፈፀመ በኋላ ብዙም ሳይቆይ ገዥው ወደ እንግሊዝ አቅንቷል ፣ እዚያም ታማኝነቱ በመጀመሪያ በአስተዳዳሪነት ከዚያም በ 500 የጡረታ ክፍያ ተሸልሟል ። እሱ ከ 1792 እስከ 1800 የኖቫ እስኮት ገዥ የነበረ ሲሆን በ 1820 በሃሊፋክስ ሞተ ። ይህ ቤት በከተማዋ ውስጥ ካሉት እጅግ በጣም ቆንጆ መኖሪያ ቤቶች አንዱ ሲሆን ከአዲሶቹ ጎረቤቶቻቸውም በሕይወት እንደሚተርፉ ቃል ገብቷል ። ህዝቡ ከመቶ አመት በፊት ወደ ውስጥ ከገባበት ጊዜ ጀምሮ ፓርላማው ምንም ለውጥ አልተደረገም ። የቤት ዕቃዎች እና ጌጣጌጦች የመጀመሪያ በታዎቻቸውን ይይዛሉ እና በግድግዳዎቹ ላይ ያለው በሌሎች መሰቀሎች አልተተካም ። በአዳራሹ ውስጥ - ለባሮማዊ የፍቅር ባህላዊ ባህላዊ ጥልቀትን ያህል - የበርካታ ገዥዎች እና የዘመዶቻቸው ብዛት ያላቸው የሙሉ ርዝመት ሥዕሎች ናቸው ።

በቅኝ ገዢ አገዛዝ ጥላ የተጌጠ ሰስተኛ የጎተራ ቤትም አለ ፣ ሰስት ገዥዎች ጎትዎርዝ ነበሩ - ግን በጆሴፍ አዲሰን ኮሚሽኑ ለተፈረመው ለዛ ከፍተኛ ባለስልጣን ያለአክብሮት ባለመኖሩ እናልፋለን ። ፣ እስክ ፣ የመንግስት ውጭ ጉዳይ ሚኒስትር በጆርጅ አይ.

ቁ. የድሮ እንጀሪ ባንክ

እነዚህ የቆዩ ቤቶች ምናልባት ረጅም ጊዜ አስረውናል ። እነሱ የሞቱ እና የሄዱት ነገሮች እየተሰባበሩ ያሉ ቅርፊቶች ብቻ ናቸው ፣ ስለ እራሳቸው እና ምንም ልዩ መዝገብ የማይተዉ ሰዎች ፣ ባህሪዎች እና ልምዶች ፣ እዚህ እና እዚያ በቀር በአንዳንድ የደስታ ፅሁፎች ውስጥ እድለ ቢስ ከሆነው የድሮው ከተማ ፣ እንደገለጽኩት ፣ ራሱን ከጀመረበት ጊዜ አንስቶ በየጊዜው ራሱን ለማቃጠል ችሏል ። በተበታተነው የጥንት የከተማ ጸሐፊዎች ማስታወሻ እና በትል በተበሉት እና በተረሱ ጋዜጦች ፋይሎች ውስጥ አንድ ጊዜ እውነተኛ እና አዎንታዊ የሆነውን እና አሁን ጥላ የሆነውን የሕይወት ፍንጮችን ለማግኘት የተቻለነው ። በርግጥ የምናገረው በ እንጀሪ ባንክ ላይ ስለሰፈሩ የመጀመሪያ ቀናት ነው ። እነሱ አውሎ ነፋስና አስደሳች ቀናት ነበሩ ። መጥረጊያውን የከበበው ጥቅጥቅ ያለ ጫካ በጠላት ቀይ ሰዎች ሕይወት ነበረው ። ጠንካራው ሐጅ በሚነድደው የሣር ጭላንጭል ነፀብራቅ እና በ ‹› የመብሳት የጦርነት ወራሪዎች በየትኛው ቅጽበት ሊነቃ እንደሚችል ሳያውቅ ከእሳት ማገዶው ጋር በአልጋው አጠገብ ተኛ ። ከዓመት ወደ ዓመት አዝመራው በእሳት ነበልባል ማጨድ ሲሰበሰብ አየ ፣ በፍጥነት ከሚስት እና ከትንንሽ ልጆች ጋር በፍጥነት በበረረባቸው የብሎክ ቤቱ የሉፕ ቀዳዳዎች በኩል ሲፈተሽ ። በእንጀሪ ባንክ የሚገኘው የማገጃ ቤት ከብቶች መጠለያ ክምችት ባሉበት ሰፋ ያለ ደረጃ ላይ የሚገኝ ይመስላል ። እሱ ብዙ መደብሮችን ይ ል ፣ እና ምናልባትም በአርኪባሶች ፣ በገንዘብ ሰጮዎች እና በአሳዳጊዎች ተሞልቶ ነበር ፣ ምናልባትም የባህር ላይ የጦር መርከብ ዝርያ ምናልባት ስሙን የማያምን ። እሱ ደግሞ ለስልጠና ቀናት ሁለት ከበሮዎች እና ከአስራ አምስት የማያንሱ ሃውበይ እና ለስላሳ ድምጽ ያላቸው መቅረጫዎች እንደመኩ ተነግሮናል - ይህ ሁሉ የሚዲያ ዘመን ግንብ ወይም በንግስት ኤልዛቤት ዘመን አስከፊ ምሽግን ይጠቁማል ። ለታዳጊው ማህበረሰብ ብርጭቆ ወይም የሸክላ ዕቃዎች የማይታወቅ ንጥረ ነገር ነበር ። ለሽማግሌዎች መታሰቢያ ነበር ። የብረት ማሰሮ የሁሉም ሥራ ድስት ነበር ፣ የጠረጴዛቸውም ዕቃዎች ከተደበደቡ ጠመኔዎች ነበሩ ። ምግብም ማግኘት ሲችሉ በጣም ቀላሉ የሆነው - አተር-ገንፎ እና የበቆሎ ኬክ ፣ ከዓሳ ብርጭቆ ወይም ከስፓኒሽ የወይን ጠጅ ጋር።

ጆን ሜሰን ፣ በዚህች አገር በፍፁም አልኖረም ፣ ነገር ግን በሪቻኒኒ እና በኒውቼዋንኖክ የተተከለውን እርሻ አስተዳዳሪ ለድርጅቶች አስተላል ፊ ፣ ከድርጅቱ ምንም ዓይነት አድናቆት መመለስን ከመገንዘቡ በፊት ሞተ ። ብልጽግናን ለማሳደግ በዚህ ጊዜ ምንም ጥረት አላደረገም ። ከመሞቱ ከሦስት ዓመት በፊት በ 1632 ከ "ዴንማርክ" በርካታ ንፁህ ከብቶችን "ትልቅ ዝርያ እና ቢጫ ቀለም" ላከ ። መንጋው የበለፀገ ሲሆን ገና የተወሰነ ፖርትስማውዝ አካባቢ ባሉ እርሻዎች ላይ አሁንም ይገኛል ተብሏል ። እነዚያ ያረጁ የመጀመሪያ ቤተሰቦች አንድ ዓይነት የመቆየት ጥራት ነበራቸው!

ድንበሮች አጠራጣሪ ስለነበሩ እና ትክክለኛ ስያሜ የማግኘት መብት የሰፈሩ ነዋሪዎች በቦስተን ለሚገኘው አጠቃላይ ፍ / ቤት የተወሰነ የከተማ መንደር እንዲሰጣቸው አቤቱታ አቅርበው ነበር ። የዚህች አትክልት ስም በዚህ ስፍራ እንጆሪ በተገኘበት የባንክ ምክንያት ድንገተኛ የባንክ ፣ ድንገተኛ ሶዝ ተብሎ የሚጠራ ቢሆንም አሁን ግን ለዚህ ቦታ በጣም ተስማሚ ስም በመሆኑ ፖርትሞዝ እንዲባል በትህትና እንፈልጋለን ፣ የወንዙ አፍ ፣ እና በዚህ ምድር እንደማንኛውም ጥሩ ፣ እና ተንከባካቢዎችዎ በትህትና ይጸልያሉ ፣ "

በዚያ የእድገት ዘመን እና በተፈጠረው የፈረንሳይ ጦርነቶች ወቅት ፖርትሞዝ እና ወጣ ያሉ ወረዳዎች የደም ህንዳውያን እልቂቶች ትዕይንቶች ነበሩ ። የአዲሱ የእንግሊዝ ቅኝ ግዛት ከዚህ የበለጠ ሥቃይ አልደረሰም ። ረሃብ ፣ እሳት ፣ ቸነፈር እና ጦርነት እያንዳንዳቸው በየተራ እና አንዳንዴም በአንድ ላይ ሆነው ትንሹን ምሽግ እያደነቁ ሊያጠፉት አስፈራሩ ። ግን እንደዚያ አልነበረም ።

ሰፈሩ በሁሉም ላይ አድጎ እና ጨመረ ፣ እናም እስትንፋስ ለመሳብ ጊዜ እንዳገኘ ፣ በት / ቤት እና በማረሚያ ቤት እራሱን እንደ ሚያሳየው - ሁለት የማይወዳደሩ የሥልጣኔ ምልክቶች ናቸው ። እ.ኤ.አ. በ 1662 በተካሄደው የከተማ ስብሰባ ላይ "በአደባባይ አገልግሎት ወቅት በጌታው ቀን ስብሰባ ላይ የጌታው ቀን እንደ መተኛት ወይም ትምባሆ እንዲወስድ ለመቅጣት በተመረጡ ሰዎች የተፈለሰፈ ቀፎ እንዲሠራ ወይም ሌላ

ትርጉም እንዲሰጥ ታዝ ”ል ፡፡” ይህ የደመወዝ ልኬት ልክ በሆነ ምክንያት ከዘጠኝ ዓመታት በኋላ ተግባራዊ ሊሆን አልቻለም ፣ እንደ ሚካኤል አንጄሎ ያሉ ብዙ ሙያዎች ያሉበት የመቶ አለቃ ጀን መምረጫ የአሥራ ሁለት ጫማ ካሬ እና ሰባት ጫማ ከፍታ ያለው ጎጆ ለመገንባት የወሰደ ከላይ; የተናገረው መልቀም ጥሩ ጠንካራ ዶሮን ለማድረግ እና ተጨባጭ የአክሲዮን ክፍያ እንዲፈጥር እና በተጠቀሰው ጎጆ ውስጥ አንድ ዓይነት ያደርገዋል ፡፡ በስብሰባው ቤት ላይ በምዕራቡ ጫፍ አጠገብ ምቹ የሆነ ቦታ ለዚህ ብልህ መሣሪያ ጣቢያ ተመርጧል ፡፡ በ 1672 እርሱን እና አንድ የምዕራብ አቅጣጫን “የመራቢያ መዝናኛ ቤቶችን እንዲሠሩ” የተፈቀደላቸው በመሆኑ “የተናገረው ቃርሚያ” በተዘዋዋሪ ለጎጆው አልፎ አልፎ ወፍ መሰጠቱ ከእውነቱ በላይ ነው ፡፡ እሱ ሁለገብ ግለሰብ ነበር ፣ ይህ ጀን መራጭ - ወታደር ፣ ገዳይ ፣ አወያይ ፣ አናጢ ፣ ጠበቃ እና የእንግዳ ማረፊያ። ሚቼንጄንሎ ከእሱ ጋር በቅንፍ ለመያያዝ ብዥታ አያስፈልገውም ፡፡ በረጅም እና በልዩ ልዩ የሙያ ሥራዎች ውስጥ ሁል ጊዜ በጥሩ ሁኔታ በተቆራረጠው እንደ መብራቱ መሠረት እርምጃ አልወሰደም ፡፡ ከዚያ በኋላ የካፒቴን መምረጡ አያቱ ሆነ ፣ በብዙዎች ጊዜ ፣ የአሁኑ ፀሐፊ በካፒቴኑ ስህተት አይደለም ፣ እናም በእሱ ላይ ሊጣልበት አይገባም ፡፡

እስከ 1696 ድረስ ፣ የወጣቱ ትምህርት በጣም መጥፎ እና ድንገተኛ ጉዳይ ይመስላል። “ወጣቱ ሀሳብ” የፈለገውን ሁሉ “እንዲተኩስ” የተፈቀደ ይመስላል ፤ ነገር ግን በዚያው ዓመት “በውይይት የሚመለከቱ ሳይሆን ህጉ እንደሚያስተዳድረው አስደንጋጭ ቅሬታ ሰጭ [የራስ ቅል መምህር]! ያ ምናልባት በጣም ብዙ የሚጠይቅ ነበር ፡፡ ምክንያቱም የመረጡት ሰዎች በሚቀጥለው ዓመት “እስከ 7 ኛ ዓመት” ድረስ በእነዚያ እ.አ.አ. ቶ. በመላ አገሪቱ ያሉ ሌሎች የሕፃናት ሊቃውንት ሁሉ በደህና ሁኔታ ዶውን እንዲያስተምሯቸው ነዋሪዎቹን ለማስተማር በዚህ ዓመት መበተንን ለመቀበል የተስማማው ፊሊፕስ ፣ እኛ የምናውለው እኛ እሱን ለመክፈል የምንችልባቸው የምሁራን ሰዎች በመሆናችን ነው ፡፡ በሀያ ፓውንድ እና በ 16 አመት ፍጥነት ከከፈሉ በኋላ በዚህ አመት ውስጥ ልጆቻቸውን ወደ ትምህርት ቤት ከሚልኩ እያንዳንዱ አባት ወይም ጌታ ሊወስድ ይችላል ፡፡ ለአንባቢዎች ፣ ለፀሐፊዎች እና ለሳይፐረሮች 20 ዎቹ ፣ ለላቲን 24 ዎቹ ፡፡ ”

ዘመናዊ የፎነቲክ አፃፃፍ ተሟጋቾች በራሳቸው አሪጅናል ላይ መሳተፍ አያስፈልጋቸውም ። የከተማዋን ፀሐፊ ያ ጣፋጭ “እርሸ ዶይ” ብሎ የፃፈው ጥያቄውን ያስተካክለዋል ። ሚ / ር ተስፋ ሊደረግበት ይገባል ቶ. ፊሊፕስ “በውይይት የማይታይ” ብቻ ሳይሆን በአጻጻፍ ስልቱ ውስጥ በጣም የተለመደ ነበር ። እሱ እርካታ እንደሰጠ እና በግልጽ በከተማው ፀሐፊ ላይ ተጽዕኖ አሳድሯል ፣ ሚ. ከዚያ በኋላ በእራሱ ዘዴዎች ውስጥ ጉልህ መሻሻል ያሳየ ማን . በ 1704 ከተማዋ መራጮቹን “በአራተኛው የፍርድ ውሳኔዎ እንዲጠሩ እና እንዲሰፍሩ አበረታቷቸዋል ፣ እና እርስዎም እርስዎ የከተማው ወጣቶች ከቅድመ-ደረጃ እና እስከ ራይት አንብበው መማር እንዲማሩ (አሁን አሁን እንደሞተ ግልጽ ነው) ። እፉኝት እና ምላስን እና መልካም ምግባርን ይማር ዘንድ። ” በዚህ ወቅት እ.ኤ.አ. ከቅርብ ጊዜ ወዲህ በትምህርት ቤት ለመከታተል በትጋት የተሳተፈች ፣ እና ሁሉም የህፃን ልጅ በባህርይ መዝሙሮች እና ከዚያ በላይ ማንበብ ይችላል ። ከእነዚያ ትሁት ጅማሬዎች በአሁኑ ወቅት በአዲሱ እንግሊዝ ውስጥ አንዳንድ ምርጥ የመንግስት ሁለተኛ ደረጃ ትምህርት ቤቶች ተሻሽለው ነበር ።

ፖርትሞዝ ከጥንቆላ ማታለያ አላመለጠም ፣ ምንም እንኳን በከተማው ድንበሮች ውስጥ ምንም መሰቀሎች አልተካሄዱም የሚል እምነት አለኝ ። በባህር ዳር የሚኖሩ ነዋሪዎች በአጠቃላይ አጉል እምነት ያላቸው ናቸው ። መርከበኞች ሁል ጊዜ ናቸው ። ሰማይ እና ውሃ በማይጠነቀቅ ጠፈር ውስጥ ሃሳቡን የሚያስፋፋ ነገር አለ ። በባህር ዳርቻው የሚኖሩት ሰዎች የሚኖሩት በዘላለማዊ ምስጢር ዳርቻ ላይ ነው ። ከማያውቁት የሚለየው ቢጫው አሸዋ ወይም ግራጫ ዐለት ብቻ ነው ። በእኩለ ሌሊት በነፋሳት ውስጥ ያልተለመዱ ድምፆችን ይሰማሉ ፣ በጭቃው ተመልካቾች ይማረካሉ ። አእምሮአቸው ያልተለመዱ ነገሮችን ያስደምማል ። ስለሆነም ጠንቋዮቹ በፒስታታኳ አፍ ላይ በፒስታኳ አፍ ላይ በዜና መጽሔት ውስጥ ርህራሄ የተሞላበት ድባብ አገኙ - ወደ ውቅያኖሱ የሚዘልቅ እና በጠፍጣፋ ዐለቶች መስፋፋትን የሚያቋርጥ እና አስደሳች ድመት ጥፍሮች ያሉት ። የዚያች ትንሽ ቆንጆ የአሳ ማጥመጃ መንደሮች ጥሩ ሰዎች ምን እንደነበሩ በአጭሩ መናገሩ ጠቃሚ ነው። በትክክል ለመናገር ፣ የኒውካስትል ድንጋይ-ውርወራ

አጋንንት በተመለከተ አንድ ወቅታዊ ምስክር እንዲመሰክር ጥሪ ይደረጋል ። እሱ ሪቪው ነው የሚያነጋግርዎ የጥጥ መጥረጊያ - “እ.ኤ.አ. ሰኔ 11 ቀን 1682 በፖርትሞዝ በሚገኘው በጆርጅ ዋልተን ቤት ላይ የድንጋይ ዝናብ በማይታይ እጅ ተወረወረ [ያኔ ኒውካስል የከተማው አንድ አካል ነበር]። ወደ ውጭ የወጡት ሰዎች በሩ ከመጠምዘዣው ተሰብሮ ፣ እና ድንጋዮች ሲበሩ እና በወፍራሞቻቸው ላይ ሲወድቁ አዩ ፣ እና በታላቅ ኃይል መምታታቸውን አገኙ ፣ ግን በእርግጥ ለስላሳ መንካት ከተሰጣቸው የበለጠ አይደለም ። የመስታወቱ መስኮቶች ከውጭ ሳይሆን ከውጭ በመጡ ድንጋዮች ተሰበሩ ። እና ሌሎች መሳሪያዎች በተመሰሳይ መንገድ ይጣላሉ ። ከያዙት ድንጋዮች ውስጥ ዘጠኙ ፣ ከእነዚህም አንዳንዶቹ ከእሳት እንደወጡ ትኩስ ነበሩ ። ምልክት ካደረጉ በኋላ በማዕዱ ላይ አኖሩአቸው ። ግን በጥቂት ጊዜ ውስጥ አንዳንዶቹ እንደገና እየበረሩ አገኙ ። የተተፋው ጭስ ማውጫ ተሸክሞ ከፊት ለፊቱ ወደ ታች በመውረድ በጀርባው መዝገብ ላይ ተጣብቆ ከኩባንያው አንዱ ካስወገደው ቦታ ላይ በመስኮቱ በተጣለ በማይታይ እጅ ነበር ። ይህ ሁከት ከቀን ወደ ቀን ቀጠለ; እና አንዳንድ ጊዜ መጥፎ ባዶ ጩኸት ይሰማል ፣ እና አንዳንድ ጊዜ የፈረስን ጩኸት እና ማሾፍ ግን ምንም አይታይም። ሰውየው ታላቁን የባህር ወሽመጥ እዚያ ወዳለው እርሻ በጀልባ ወጣ ። ድንጋዮቹም አገኙትና ከቤት ወደ ጀልባው የሚስብ ብረት በብረት ከብረት በኋላ በቤቱ ውስጥ በጫካ ውስጥ እየተንከባለለ መጣ ። በመጨረሻም ሄዶ ከእንግዲህ ወዲያ አልተሰማም ። መልህቁ ብዙ ጊዜ በመርከቡ ላይ ዘልሎ ጀልባውን አቆመ። አንድ አይብ ከፕሬስ ውስጥ ተወስዶ በመሬቱ ላይ በሙሉ ተሰባበረ ። በግድግዳው ላይ አንድ የብረት ቁራጭ ተጣብቆ በላዩ ላይ አንድ ማሰሪያ ተንጠልጥሏል። በቤቱ አቅራቢያ የተከረከሙ በርካታ የከብት ዶሮዎች ተወስደው በዛፎች ላይ ተሰቅለው ሌሎች ደግሞ በትንሽ ሹክሹክታ ተሠሩ እና በቤቱ ዙሪያ ተበተኑ ። አንድ ሰው በአንዳንድ ድንጋዮች በጣም ተጎድቷል ። እሱ አራማጅ ነበር ፣ እናም ከዚህ ቦታ የተወሰኑ መሬቶችን በማቆየት በፍትህ እዳ የከሰሰች አንዲት ሴት እነዚህን ቅድመ-ክስተቶች እንደ ጥንቆላ በጥንቆላ አደረገች ። ሆኖም በመጨረሻ ወደ ፍጻሜው ደርሰዋል ። ”

አንተ እምነት የሚጣልበት እና ጎምዛዛ የጥጥ መመርመሪያ ሆይ! ስለዚህ ተፈጥሮአዊ ለውጥዎ ካልተለወጠ በቀር በአጠገብዎ ባሉ ሰዎች ላይ

ምቾት እንዲሰማው በሚያደርጉበት በአሮጌው የመቃብር ቦታ በኮፕ ኮረብታ ላይ ወደነበረው ወደ መቃብርዎ ይመለሱ ።

ወደ አንድ መቶ ዓመት ገደማ በኋላ ፖርትማውዝ ሌላ ጠንቋይ ነበራት - በዚህ ምሳሌ ላይ ተጨባጭ ጠንቋይ ነበረች - አንድ የሞሊ ድልድይ ፣ እሷ ምፅዋ በሚገኘው የኤሊሞዚን አሳማዎች ላይ መጥፎ ፊደሏን የምትፈጽም እሷም በወቅቱ ለመኖር ችላለች ። አሳማዎቹ በግልፅ አስማተኞች ነበሩ ። የተቋሙ የበላይ ተቆጣጣሪ የቼልት ማርሽ በእጃቸው ያለ አንድ መድኃኒት ብቻ ያዩ ሲሆን ይህም የነሱን ተረት ጫፎች መቁረጥ እና ማቃጠል ነበር ። ምክሮቹ ሲቆረጡ ግን ጠፉ ፣ እናም በውጤቱም እነሱን ማቃጠል ፈጽሞ የማይቻል ነበር ። አቶ. ማርች ፣ የምግብ ፈላጊዎች ሰው ነበር ፣ እናም በግቢው ውስጥ ያሉት ሁሉም ቺፕስ እና የታችኛው ብሩሽ ምስጢራዊ እና ቀስቃሽ እጆችን ለመያዝ እና ለማጥፋት ተስፋ በማድረግ በጓሮው ውስጥ ያሉት ሁሉም ቺፕስ እና የበታች ፍሬዎች ተደርገው እንዲበሉ እና እንዲበዙ አዘዘ ። እሳቱ በፍጥነት ሳይበራ የሞሎ ድልድይ በብስጭት ሁኔታ ከክፍል ወደ ክፍል ሲጣደፉ ። በሚሞቱት ነበልባሎች የራሷ ኃይል ቀዘቀዘች ፣ እናም አመድ ክምርዎቹ ቀዝቅዘው ከመሞታቸው በፊት ሞተች ። እነዚህ ተጨባጭ ማስረጃዎች ያሉባቸው እውነታዎች ናቸው ስል በቁም ነገር እላለሁ ።

ሴትየዋ ካገገመች ፣ በሰላም ውስጥ ብትኖር እንኳ በዚያ ዘግይቶም ቢሆን በመጥፎ ሁኔታ ላይ ትሆን ነበር ። ነገር ግን የሞት ቅጣት በፍጥነት በወደቦች ውስጥ በጭራሽ ተሰዶ አያውቅም ። በ 1739 ህፃን ለመግደል በሳራ ሲምፕሰን እና በፔኔሎፕ ኬኒ የተከናወነው የመጀመሪያው ግድያ ሸሪፍ የቶማስ ፓከር ነበር ፣ ከሃያ ዘጠኝ ዓመታት በኋላ ተንጠልጥሎ የማይታወቅ ዝና ያገኘው ይኸው ባለሥልጣን ። . ሁኔታዎቹ በሚቼ አልበርት ላውተን በተነፈሰ ባላድ ውስጥ ተወስደዋል ፣ ይህም ሙሉውን ለመጥቀስ በጣም ረጅም ነው። የሚከተሉት እስታንዛዎች ግን የታሪኩን ይሰጣሉ-

በመካከላቸውም አንድ ድምፅ ጮኸ።
ድርጊቱ ከመከናወኑ በፊት ቆም ይበሉ;
ማረምንና ይቅርታን ጠይቀናል

ለድሃው ተሰሳተ ።

“ግን እነዚህ የሸረፍ ፓከር ቃላት
ከእብጠት ጫጫታ በላይ ተደወለ
'እራቴን መጠበቅ አለብኝ?
ወንዶቼ ጋሪውን አንሱ!

“ድምፁ ይበልጥ እየጠነከረ መጣ ፣
እስትንፋስ እስትንፋስ ድረስ ፣
ከጎኖቹ ነጭ አረፋ የሚንጠባጠብ ፣
በሞት በታ ቆሟል;

መልክተኛም ወረደ ።
ሕዝቡን እያለቀሰ ፣ 'መንገድ ስሩ!
እኔ ለሸሪፍ ፓከር እሸከማለሁ ።
ለርህራሄ ይቅርታ ማለት ነው! '”

ግን በእርግጥ ዘግይቶ ደርሷል-ህጉ ለሃያ ደቂቃዎች ያህል ምህረትን መርቷል ። ሕዝቡ ተበታተነ ፣ በአሰቃቂ ሁኔታ ተመታ ። ነገር ግን በዚያ ምሽት እንደገና በሸሪፍ መኖሪያ ስፍራ ተሰብስቦ በቁጭት መቃተቱን ገለጸ ። በትንሽ መስቀያ ላይ የተንጠለጠለው የእሱ አምሳያ ከዚያ በኋላ በጎዳናዎች ላይ ታየ ።

“የቶማስ ፓከር ስም ይሁን
ለዘላለም ስድብ! ”

የሎተንን ባላድ ያስታውሰኛል ፖርትሞዝ በገጣሚዎች የበለፀገ ነበር ፣ ከእነዚህም አንዱ ቢያንስ ለንግግር አፍ የማይሰጥ ግጥም አፍ ትቶለታል - ዮናታን ከሱ ጋር

“የታገዘ ኃይሎችዎን አያስተዳድርም ፣
ወሰን የለሽ አህጉር ሁሉ የአንተ ነው ። ”

ከስድሳ የማያንሱ አካላት የታሸጉበት “ፖርትስማውዝ ባለቅኔዎች” ከሚለው አሳማኝ ርዕስ ጋር አንድ ጥራዝ አይቻለሁ!

ነገር ግን እንደገና ወደ ተረት ማውረድ እና በዚህ የእድል እና የመጨረሻ ጫወታ አድርገዋል ። ፖርትማውዝ የመጀመሪያውን ሊመዘገብ የሚችል ደካሞችን የሥራ ቤት የማቋቋም ክብር አለው - ምንም እንኳን በተፈጥሮ ሊገመት ከሚችለው ከገጣ ጋር ባይገናኝም ። ግንባታው ተጠናቀቀ እና ተከራይ በ 1716. ከሰባት ዓመት በኋላ እዚያ ውስጥ የደብሩ የሥራ ቤቶች እንዲቋቋሙ ፈቃድ የተሰጠ አንድ ድርጊት ተደረገ ። እስከ 1750 ድረስ የፖርትሞዝ ምጽዋት የመጀመሪያ እና ብቸኛ ጠባቂ ሴት ነበረች - ሬቤካ አውስቲን ።

ስለ መጀመሪያው ነገር ስንናገር ፣ በአቶ. ናትናኤል አድማስ ፣ “ፖርትስማውዝ” በሚለው መጽሐፋቸው ውስጥ እ.ኤ.አ. እ.ኤ.አ. እ.ኤ.አ. እ.ኤ.አ. እ.ኤ.አ. እ.ኤ.አ. እ.ኤ.አ. እ.ኤ.አ. እ.ኤ.አ. እ.ኤ.አ. እ.ኤ.አ. እ.ኤ.አ. እ.ኤ.አ. እ.ኤ.አ. በ 20/20 ቀን 1761 ዓ.ም. ጆን እስቲቨርስ ከዚያች ከተማ እስከ በስተን አንድ መድረክ ማካሄድ ጀመረ ። ጋሪው ሁለት መንገደኞችን ለማስተናገድ የሚያስችል ስፋት ያለው ባለ ሁለት ፈረስ ሥርዓተ ትምህርት ነበር ። ታሪፉ በአሥራ ሦስት ሽልንግ እና በአንድ ራስ ስድስት ብር ብር ነበር ። ሥርዓተ ትምህርቱ በአሁኑ ጊዜ በበርካታ ወፍራም ቢጫ አሰልጣኞች ተተክቷል ፣ አንደኛው - ከአንድ ምዕተ ዓመት ገደማ በኋላ እና ያ አስደሳች የጉዞ ሁኔታ ጊዜ ያለፈበት ከረጅም ጊዜ በኋላ የብዙ የአእምሮ ጭንቀት መንስኤ ነበር (1. አንዳንድ ስራ ፈት አንባቢ እዚህ እና እዚያ ምናልባት በመጥፎ ልጅ ታሪክ ውስጥ የድሮውን የመድረክ አሰልጣኝ መቃጠሉን ሊያስታውስ ይችላል ።) ለዚህ ዜና መዋዕል ጸሐፊ ።

ደብዳቤው እና ጋዜጣው በስልጣኔ ውስጥ በጣም ተያያዥነት ያላቸው ነገሮች ናቸው ፣ ስለሆነም በአንድ ላይ ጠቅሳቸዋለሁ ፣ ምንም እንኳን በዚህ ሁኔታ ጋዜጣው የፖስታ አሰልጣኙን ለአምስት ዓመት ያህል ቢያደናቅፍ ። እ.ኤ.አ. እ.ኤ.አ. ጥቅምት 7 ቀን 1756 እ.ኤ.አ. እ.ኤ.አ. እ.ኤ.አ. እ.ኤ.አ. እ.ኤ.አ. እ.ኤ.አ. እ.ኤ.አ. እ.ኤ.አ. እ.ኤ.አ. እ.ኤ.አ. እ.ኤ.አ. እ.ኤ.አ. እ.ኤ.አ. እ.ኤ.አ. ከነበረው ከዳንኤል ፎውል ጋዜጣ ላይ “አዲሱ

የሃምሻየር ጋዜጣ እና ታሪካዊ ዜና መዋዕል” የመጀመሪያ ቁጥር ግን ፖርትሞዝ ላይ ወጥቷል ። በበርካታ ኦፊሴላዊ ሰዎች ላይ አንዳንድ ያልተለመዱ አስተያየቶችን የያዘ ጽሑፍ “” የጭራቆች ጭራቅ ፣ በቶም አውራ ጣት ፣ እስከ ”የሚል ርዕስ ያለው በራሪ ወረቀት እንዳሰተ ጥርጣሬ አለው። “ጋዜጣ” የአውራጃው ፈር ቀዳጅ መጽሔት ነበር ። በዚያው ዓመት መገባደጃ ላይ “የሜርኩሪ እና ሳምንታዊ አስተዋዋቂ” የተሰኘው የቀድሞው የፈረስ ቅጥር ተማሪ በሆነ የተወሰነ የቶማስ ፉር የታተመ ፣ “ጋዜጣ” በበቂ ሁኔታ ግልፅ አለመሆኑን በሚቆጥሩ በርካታ እረፍት በሌላቸው ዊግዎች የተደገፈ ነው ። የነፃነት መንስኤ አቶ. ሆኖም እስከ ሞተበት ቀን ድረስ የራሱን ለመያዝ ሞከረ ። ፊውል ለፕሬስማን ሙሉ ደም አፍሪቃዊ ፕሪምየስ የተባለ ታማኝ ኔግ ነበረው። ፕራይም ነፃ ሰው ወይም ባሪያ ቢሆን መግለጽ አልቻልኩም ። እርሱ እስከ ታላቅ ዕድሜ ኖረ ፣ እና የራሱ ቀለም ባላቸው ሰዎች ዘንድ ታዋቂ ሰው ነበር ።

የኔግሮ ባርነት በዚያን ጊዜ በአዲሱ እንግሊዝ ውስጥ የተለመደ ነበር ። በ 1767 ፖርትሞዝ በሕዝቧ ውስጥ መቶ ሰማንያ ስምንት ባሮች ወንድና ሴት ነበሩ ። ማንኛውም ባርነት ቀላል ሊሆን የሚችል ከሆነ ፣ ባርነታቸው በደስታ ሁልጊዜ ማለት ይቻላል ቀላል ዓይነት ነበር። የራሳቸው የሆነ ዓይነት መንግሥት እንዲኖራቸው ተፈቅዶላቸዋል ። በእርግጥ እንዲያበረታቱ በማኅበራዊ ደስታቸው ላይ ምንም ዓይነት ምክንያታዊ ያልሆኑ ገደቦች አልተጣሉባቸውም ። በየአመቱ ንጉስ እና አማካሪዎችን ይመርጣሉ እናም ዝግጅቱን በሰልፍ አከበሩ ። የባህላዊ ስሜት በውስጣቸው በከፍተኛ ሁኔታ የዳበረ ነበር ። የጌታው ደረጃ የባሪያው ደረጃ ነበር ። በእነዚያ ቀናት በክብሩ ዙሪያ ዙሪያ ቆሞ ታላቅ የሆነ የኢቦናዊነት ስሜት ነበር ። ለምሳሌ ፣ የገዢው ላንግዶን አገልጋይ ፣ የሳይረስ ብሩስ ፣ እሱ በልዩነቱ ላይ አጥብቆ የሚከራከር ሰው ነበር እናም እውቅና አግኝቷል። የእሱ ግዙፍ የወርቅ ሰንሰለት እና ማህተሞች ፣ የቼሪ ቀለም ያላቸው ትናንሽ ልብሶቹ እና የሐር ክምችቶቹ ፣ ሽክርክራፎቹ እና የብር የጫማ ማሰሪያዎቹ ኪሮስ እራሱ ከተፈጨ ከረጅም ጊዜ በፊት ወግ ነበሩ ።

በመካከላቸው አነስተኛ በደል በሚፈፀምባቸው ጉዳዮች ላይ እራሳቸውን ችላ ብለው ዳኞች እና ዳኞች እንዲሆኑ ተፈቅዶላቸዋል ። የፍትህ

አሰጣጣቸው ብዙውን ጊዜ በባህሪው የዋህ ነበር ። አቶ. የቢራ ጠመቃ ከአንዱ ክፍለ ጊዜዎቻቸው አስቂኝ ስዕል ይሰጣል ። በተቀመጠው ወንበር ላይ ሲሆን አንድ ካቶ - እኛ ክላሲካል ካልሆንን ምንም አይደለንም - የዐቃቤ ሕግ ጠበቃ ። የእስረኛው ስም እና የሰራው ጥፋት ለትውልድ አይገለፅም ። በሂደቱ መካከል እኩለ ቀን ሰዓት ከአሮጌው የሰሜን ቤተክርስቲያን ጎረቤት ጎረቤት ተለይቷል ። “ማስረጃው አልተላለፈም ፣ አገልጋዮቹ ግን ከእንግዲህ ከቤታቸው ግዴታቸውን መቆየት አልቻሉም ። ሁሉም መገረፉን ማየት ፈለጉ ፣ ግን ከእራት በኋላ በምቾት እንደገና ለመገኘት አልቻሉም ። ካቶ ንጉ ን ለማነጋገር ደፍሮ ነበር እባክዎን ክብርን ይስጡ ፣ ለባልደረባው አሁን ጅራፍ ይቅረቡ ፣ እና እራት ከበሉ በኋላ የፍርድ ሂደቱን ያጠናቅቁ ። ጥያቄው የኩባንያው አጠቃላይ ምኞት ይመስል ነበር ስለሆነም ኔሮ አስር ጅራጎችን አዘዘ ፍርድ ቤቱ እስከሚካሄድበት ጊዜ ድረስ ፍትህ እንዲሰጥ እንዲሁም በክስ መዝገቡ ላይ አሥር ተጨማሪ ጥፋተኛ ሆኖ ከተገኘ! ”

አብርሃም ሊንከን እስካልፈፀመ ድረስ በአዲሱ ሃምፕሻየር ውስጥ ባርነት በሕጋዊነት ፈጽሞ አልተወገደም ። ግዛቱ ራሱ ምንም ነፃ የማውጣት አዋጅ አላወቀም ። በአብዮታዊ ጦርነት ወቅት ባሪያዎቹ በአጠቃላይ ከጌቶቻቸው ነፃ ወጥተዋል ። በአገልግሎት ሽበት ያደጉ ፣ ነፃነታቸውን እምቢ ብለው የቀሩትን ህይወታቸውን በጡረታ ባለቤቶቻቸው ቤተሰቦች ውስጥ በጡረታ እንዲያገለግሉ የመረጡት ብዙዎቹ ኔጎዎች በባሪያ እና በጌታ መካከል ያለውን ደግ ትስስር የሚያሳይ ሁኔታ ነው ። በአዲሱ እንግሊዝ ውስጥ በአሮጌው የቅኝ ግዛት ዘመን ።

ተቋሙ በአጋጣሚ እና በላዩ ላይ የተመሠረተ ከመሆኑም በላይ በጥቁር ግዛት ውስጥ ምንም ዓይነት እውነተኛ ሥር አልነበረውም ። ሪታኖች በቅዱሳት መጻሕፍት ውስጥ ማንኛውንም ቀጥተኛ የባሪያ ፈቃድ ማግኘት ቢችሉ ኖሮ ምናልባት ረዘም ላለ ጊዜ ሊቆይ ይችል ነበር ፣ ምክንያቱም ንፁሐኑ ሃይማኖቱን ወደ ሕይወት ሥራዎች ያዘ ። ከመጨኛ ሂሳቦቹ ውስጥ እንኳን ሊያወጣው አልቻለም ። ከእነዚያ ተመሳሳይ የጥገኛ የክፍያ መጠየቂያዎች አንዱን ከመጥቀስ ይልቅ ይህንን የሚረብሽ ምዕራፍ በተሻለ እና በከባድ ሁኔታ መዝጋት አልችልም ። እ.ኤ.አ. እ.ኤ.አ. እ.ኤ.አ. እ.ኤ.አ. እ.ኤ.አ. እ.ኤ.አ. እ.ኤ.አ. እ.ኤ.አ.

እ.ኤ.አ. እ.ኤ.አ. እ.ኤ.አ. 1726 እ.ኤ.አ. እ.ኤ.አ. ይነበባል።
“በእግዚአብሔር ጸጋ በጥሩ ቅደም ተከተል የተላከ እና በጥሩ ሁኔታ የተስተካከለ ፣ በ . በርበሬ እዚያው አለው ። ዊሊያም ተብሎ በሚጠራው ጥሩ ብሪጋ ላይ እና ሪሲክ ፣ አሁን ላለው የጉዞ ጉዞ ጆርጅ ንጉስ ከአምላክ በታች የተካነ ነው ፣ አሁን በፒሳታኳ ወንዝ መልህቅን በመያዝ እና በእግዚአብሔር ጸጋ ወደ አረመኔዎች ተጓዘ ። እዚህ ጋር የተለያዩ የጭነት ማውጫዎችን ይከተላል: - “ስለሆነም እግዚአብሔር መልካሙን ብሩጋን ወደ ተፈለገው ወደብ ይልክ። አሜን ”

ቪ. አንዳንድ የድሮ ፖርትሞዝ መገለጫዎች
እንደ ማንኛውም አዲስ የእንግሊዝ ከተማ እንደ ፖርትሞዝ ያሉ ብዙ ገጸ-ባህሪ ያላቸው ገጸ-ባህሪያትን ይዞ ብቅ ካለ እጠራጠራለሁ ። ከ 1640 ጀምሮ እስከ 1848 ገደማ ድረስ ሥነ-ምህዳሩን ያመነጨ በቦታው አየር ውስጥ አንድ ነገር መኖር አለበት ። በሌላ ምእራፍ ውስጥ በዚህ ምዕተ-ዓመት አጋማሽ አጋማሽ የግለሰባዊ ነጠላነት እድገት ሁኔታዎቹ ለምን እንደማይመቹ እገልጻለሁ ። ከዚያ በፊት ካለፈው ጊዜ ጀምሮ ከጊዜ ወደ ጊዜ የነበሩትን በርካታ የሰው ልጅ ዓይነቶች ከመቁጠር ሙሉ በሙሉ ይህን ማድረግ ቀላል ነው።

በቅርቡ የኤም. የቢራስተር አዝናኝ የፖርትሞዝ ረቂቅ ስዕሎች ፣ በድንገት በቦታው ላይ በሚታዩ ጎዶሎ ወንዶች እና ሴቶች ብዛት ተደንቄያለሁ ። እነሱ በደራሲው ዓላማ ፣ በመሬታቸው ገጽታ ዳራ ሁለተኛ ደረጃዎች ናቸው ፣ ግን መጽሐፉ ወደ ጎን ከተጣለ በኋላ በአንድ ሰው ትውስታ ውስጥ በጣም ይቆማሉ ። በ 1789 ከተማዋን ከጎበኘው ከዋናው ዋሽንግተን ጋር በሳጋሞር ክሬክ ላይ ብዙውን ጊዜ ስለዛ ደካማ ጎጆ ነዋሪ ብዙውን ጊዜ እራሱን ሲያስብ ያገኛል ። ግን ያልተለመዱ እሴቶቹስ እንዲሁ አይደሉም? ለዚያ አሮጌ ጎጆ ነዋሪ ያንን አሮጌ ጎጆ ነዋሪ የሆነውን ብንሰጠው የእርሱን ውበት ልንሰጠው ይገባል ። እሱ ቆሻሻ ነበር ፣ እናም የተከበረ አልነበረም ። ግን እሱ ሞቷል አሁን እሱ የሚያምር ነው።

አንባቢው ለማባከን አምስት ወይም አስር ደቂቃዎች ካለው ፣ ጥቂት ቀደም ሲል የነበሩ መገለጫዎችን እንዲመለከት እጋብዘዋለሁ ፣ ምንም እንኳን ምንም እንኳን ምንም ያህል ቢሆኑም አሁን በተራቀቀ ሕይወት የሚመሩ ናቸው ። እምብዛም የደበዘዘ አገላለፅ ልሰጣቸው እፈልጋለሁ ፣ ግን ያለፈው ጊዜ ከጥላቶቹ የበለጠ ማንኛውንም ነገር አሳልፎ የመስጠት በጣም ነው።

የመጀመሪያው ራሱን የሚያቀርበው ቀደም ሲል የተጠቀሰው የእውነተኛ እፅዋት ነው - ያልተነፈሰ የደረት ዝርያ። ስሙ ቤንጃሚን ሊር ነበር ። የእሱ እብደት እስከሄደ ድረስ በ ክስፒር ገጽ ላይ የሚንፀባረቅ የዚያ የጥንት የብሪታንያ ንጉስ የዘር ግንድ ሊሆን ይችላል ። በቤተሰብ መካከል የተፈጠረው አለመግባባት የንጉሥ ልሳን እንደገና እንዲሠራ አደረገ ። ነገር ግን በቢንጃሚን ጉዳይ ላይ ምንም ዓይነት የመቀነስ ሁኔታዎች አልነበሩም ። እሱን የሚያስቸግር ቤተሰብ አልነበረውም እናም ግዛቱ አልተከፋፈለም ። ከድልድዩ በስተ ምዕራብ ትንሽ በሚገኘው በሳጋሞር ክሪክ በስተ ደቡብ በኩል በጣም ጥሩ እርሻ ነበረው ፣ እናም የግል ምኞት ለእሱ አስጸያፊ ባይሆን ኖሮ በተረጋጋ ሁኔታ ይኖር ነበር ። የግል ምኞት ወደ ሌዘር አካል ውስጥ አልገባም ። የፍላጎቱን ትንሽ የፒን-መለኪያ ብቻውን ለመሙላት ብቻ መሆን። እርሱ በክፉው ሻንጣ ውስጥ ራሱን አቆመ ፣ እና በምሳሌው ፣ በዓለም ሁሉ ላይ በሩን ዘግቷል። ሀብት - ለእርሱ ሀብት ቢሆን ኖሮ - እሱ በሚደርስበት ቦታ ላይ ተጥሏል ፣ ግን ወደ ጎን ጣለው ፤ ሥራ ፈትነትን እንደናቀ የቅንጦት ንቀትን ፣ ከስብሰባው ጋር ምንም ስምምነት አላደረገም ። አንድ ሰው ራሱን ከራሱ ልማድ ወጦ ራሱን ሲቆርጥ ምን አስገራሚ አስገራሚ ድንቢጥ ተንሳፈፈ! ከሁሉም በኋላ የእርሱ ፍላጎቶች ምን ያህል ናቸው! ሊር በደስታ የተሞላ ነበር ፣ እና ሙሉ በሙሉ አቅመቢስ የሆነ ይመስላል። የገዛ ልብሱን ሠራና በዋነኝነት በመንግሥቱ ምርት ወተትና ድንች ላይ ይተዳደር ነበር ። የሮቢንሰን ክሩሶ ለመሆን ደሴት እንኳ ሌላ አያስፈልገውም ነበር ። አልፎ አልፎ አልፎ አልፎ “ባንኩ” ብሎ በሚጠራው ፖርትስሞዝ ዋና ጎዳና ላይ እንደ በረዶ-ነከሰ ትርምስ ከሃምሳ ወይም ከመቶ ዓመታት በፊት ጊዜው ያለፈበት ስም ነበር ። ስለሆነም ለሩብ ምዕተ ዓመት ያህል ቤንጃሚን ሊር ከሰዎች ግንኙነት

የራቀ ነበር ። በእርጅናው ወቅት አንዳንድ ጎረቤቶች በአውሎ ነፋሱ የክረምት ወቅት መጠለያ ሰጡት ። እሱ ግን አንዳች አይኖረውም-ነፋሱን እና የአየር ሁኔታን ተጋፍጧል ። እዚያ በመጨረሻው ህመሙ በተበላሸው ሆቬው ውስጥ ተኝቶ ማንም ሰው ሌሊቱን አብሮ እንዲቆይ ባለመፍቀድ እና ሜርኩሪውን ከዜሮ በታች አራት ዲግሪዎች. ሊር የተወለደው እ.ኤ.አ. በ 1720 ነው ፣ እና ሰማኒያ ሁለት ዓመት ተክሏል ።

እኔ የምወስደው በጨረፍታ ብቻ የምንመለከተው ፣ የበለጠ እንዲኖረን የምንፈልገው ቲሞቲ ዊን መሆኑን ማወቅ በጣም የተሻለው ሰው ነበር። የእሱ ስም የአንዳንድ የድሮ ልብ ወለድ ርዕሶች ይነበባል - “ቲሞቲ ዊን ፣ ወይም የደስታ ስሜት የተላበሰ የዋህ ሰው” ባለፈው ምዕተ-ዓመት መገባደጃ ላይ ከደረሰበት ቃጠሎ ወደ ፖርትሞዝ የመጣ ሲሆን “ቁራጭ የሸቀጣሸቀጥ ሱቅ” ተብሎ የሚጠራውን በሙዝበሪ ጎዳና ላይ በሚገኘው አሮጌው ሙዚየም ሕንፃ ውስጥ አቋቋመ ። እሱ በብቸኝነት ከሚኖሩ ቤተሰቦቹ ሦስተኛው ጢሞቴዎስ ነበር ፣ እና እራሱን ለመለየት በሱቁ በር ላይ “ቲሞቲ ዊን ፣ 3 ዲ” የሚል ምልክት ላይ ተጽል እናም “ሶስት-ሳንቲም ዊን” ተብሎ ከተጠራ በኋላ ነበር ። በደስታው እንደተደሰተ እና በምልክቱ ላይ ተጣብቆ ፣ የበለጠ በሚተዋወቁት ላይ የሚበስል ሰው እንደነበረ ለማሳየት ይሞክራል ፣ አሁን ግን የመተዋወቅ ችሎታ አላቸው ። የሚቀጥለው በር ጎረቤቱ ሚ. መጠነኛ የልብስ ስፌት መስሪያ ቤትን ያቆየው አንበሳ ሴራም እንዲሁ በጥቂቱ ከዋናው ቅርበት ጋር ያያይዘናል ። እሱ በተወዛወዘ ምልክቱ ላይ በአንዱ ፊት ላይ ታይለር የሚል ቃል በሌላኛው ደግሞ ስፌት የተቀረፀ ስለነበረ ሥነ ጽሑፋዊ ጭፍን ጥላቻ አልነበረውም ። ይህ ምናልባት ለዚያ የኅብረተሰብ ክፍል ቀለል ያለ ቅናሽ ሊሆን ይችላል - ምናልባት ምናልባት - ምናልባት ከ ጋር ይጽፈው ነበር።

ህንፃዎች እና የነበራቸው ሱቆቻቸው የኒኮላስ ሩዝሌት ፣ የደመራው ፈረንሳዊ ቄስ ፣ ያልተለመደ የሳተ ካትሪን ሞፋት ታሪክ እንደገና መናገርን ለመሸከም በቂ ነው ፣ እና ውስን በሆኑት የኢችቼንግ ስብስባችን ውስጥ አንድ ቦታ ይሰጠዋል ። ም. ሩሴሌት ወደ ደመወዝ ደሞዝ ቀድሞውኑ እብድ ጉዞዎች እንዳሉ ጥርጥር የለውም ፣ እናም የልቡን ሁኔታ ቀደም ሲል ያሳወቀ ካትሪን ነበር ፣ ነገር ግን በኤስ ቆ ስ ቤተክርስቲያን

አገልግሎት በሚሰጥበት ሰዓት አንድ ቀን ብቻ አልነበረም ጉዳዩን በማስተላለፍ ወደ ቀውስ የገባው ። የሁለተኛውን የዮሐንስ መልእክት አምስተኛ ቁጥር በያዘው የዝንብ ቅጠል ላይ ሞፋትን ትንሽ መጽሐፍ ቅዱስን ማጣት -

“እና አሁን እመቤት እለምንሻለሁ እንደ እኔ አይደለም
አዲስ ትእዛዝ ለእርስዎ ጽፎ ነበር ፣ ያ ግን
እርስ በርሳችን እንድንዋደድ ከመጀመሪያው ያገኘነው። ”

ይህ ሊቃወም አይገባም ፣ በኪስ ካትሪን በሊዝ አይደለም ፣ እርሱን በድፍረቱ የመጀመሪያ ምዕራፍ አስራ ስድስተኛው ቁጥር ላይ በተገለበጠው ገጽ ላይ ድምጹን በድጋሚ ሰጠችው ።

“ወደምትሄድበት እኔ እሄዳለሁ ፤ እና በሚያድሩበት ቦታ እኔ
ያድራል ሕዝብህ ሕዝቤ ይሆናል አምላክህም የእኔ ይሆናል
አምላክ: - በምትሞትበት እሞታለሁ እዚያም እገኛለሁ
ተቀበረ: - ጌታው እንዲሁ ያድርግልኝ ፣ እና በተጨማሪ ፣ ካልሆነ ግን
ሞት አንተንና እኔንም ይለያዩ ”

ከዚህ የፍቅር ስሜት ጎን ለጎን ፣ ደስተኛ ከሆኑት ባልና ሚስት ጋር የሚያያይዘኝ ነገር ቢኖር-ጋብቻው የታደለ ስለሆነ - ሩዝሴሎቹ በቀጥታ በፍርድ ቤት ጎዳና ላይ ከሚገኘው የአያቴ ቤት ጋር በሚቆመው አሮጌው አትኪንሰን መኖሪያ ቤት መኖራቸው ነው በልጅነቴ እስከ ተደነቀ ወደ ትልቁ ድንጋጤዬ ። ግንባታው ለሩብ ምዕተ ዓመት ያልተያዘ ነበር ፣ እና በቆሎ እና በሊንቴል ውስጥ በሚገኙ በርካታ የእንጨት ቅርጻ ቅርጾች በፍጥነት ወደ መበስበስ ይወድቃል ። ግን መናፍስት ሞልተውት አልነበሩም ፣ እናም አሮጌው ሰፈሮች ቢፈርሱ እነዚህ መናፍስት ወይም አንዳንዶቹ ቢያንስ በመንገዱ ማዶ በአያቴ ቤት አይጠለፉምን? የት በጣም ምቹ በሆነ ሁኔታ ራሳቸውን መስጠት ይችሉ ነበር? ጥንታዊው መኖሪያ ቤት በመጥፋቱ ላይ እያለ የሰራተኞቻችንን ጎተራችን ጥግ ዙሪያውን እመለከት ነበር ፣ እና በቅኝ ግዛት አቧራ በተንጣለለ ደመናዎች ውስጥ የሚንገላቱ የውሸት ፍንጣሪዎች ወደ ላይ ሲወጡ እመለከት ነበር ።

ከካተሪን ሞፋት በብዙ መንገዶች የምትለይ እመቤት ማሪ አትኪንሰን (አንድ ጊዜ የዚህ ተመሳሳይ መኖሪያ ቤት እስረኛ ሆናለች) በሪቪው ዕጣ ወደቀች ። ከ 1733 እስከ 1747 መካከል የደቡብ ቤተክርስቲያን ፓስተር ዊሊያም ሹርልፍፍ ፣ ከዓለማዊ አመለካከት አንፃር ፣ ለአዲሱ ኒውካስል ቄስ ጥሩ ውበት ነበር ፣ ንስር-ቢጫ ዓይነት; ሀብት ፣ የቤተሰብ ሳህን ድርሻዋ; ከፍተኛ ልደት ፣ ለ እህት ። ቴዎድር አትኪንሰን. ነገር ግን አርአያ የሆነው ሰው ዓይኖቹን ዝቅ አድርጎ ዝቅ ካደረገ ምናልባት ምናልባት የበለጠ ደስታን አግኝቷል ፣ ምንም እንኳን የቤተሰብ ሳህን የሌላቸው መጥፎ ሰዎች የግድ ተወዳጅ አይደሉም ። እንደ ሶቅራጠስ ይህ ረጅም ትዕግስት መለኮታዊነት ሁልጊዜ ሰማያዊ ትዕግስትን የሚያዳብርበት ነገር ነበረው እናም ትዕግስት የይዘቱ ቁልፍ እንደሆነ የምስራቃዊው ምሳሌ ይናገራል ። የ መንፈስ ወ / ሮ የወረሰ ይመስላል። ከተጋባች በኋላ ወዲያውኑ የዋህ ጓደኛዋን የተጠቀመችበት የጩኸኔ ንቀት በአዲሱ እንግሊዝ ውስጥ የክህነት ክብር ከፍተኛ ተጋላጭነት ባለበት ወቅት መሸከም ከባድ መስቀል ነበር ። ምስኪኑን ጨካኝ ሰው ለማሰቃየት የምትጠቀምባቸው መሣሪያዎች የማይጠፋ ነበር ። አሁን የእሱ ሰንበት ጉድለቶች ኮከብ እንዳይደረግ ትፈቅድላቸዋለች ። አሁን በአለባበሷ ባልተለመደ እና በማይረባ ቀለም እርሷን ታዋርዳለች; አሁን በወጥ ቤቱ ፍም ላይ የራሱን እራት ለማብሰል ትተዋታል ። የጠዋት አገልግሎትን ለማከናወን ቀደም ሲል ለአንድ ወይም ለሁለት ጸሎት በጡረታ በወጣበት በትምህርቱ ውስጥ አሁን ቆለፈችው ። ጉባኤው ተሰብስቧል; ሴክስቶን እንደ ልማዱ ደወሉን ሁለት ጊዜ ደውሏል እናም አክብሮቱ ባለመታየቱ በመደነቅ አንድ ሦስተኛ ይጀምራል ። እና እመቤቷ ሹፌር በቤተሰቧ ውስጥ ቃናዋን እንደበላች ድመት የሚመስል ፊት ለፊት ተቀምጣለች ። እስከ አሁን ዲያቆናቱ መልካሙን ዶክተር የሚነካ መረጃ ለማግኘት ይማጸኗታል ። እመቤት ሹርትፍፍ ጥሩ ሐኪሙ ከቤት ስትወጣ በትምህርቱ ውስጥ እንደነበረ በደስታ ትነግራቸዋለች ። እዚያ ተገኝቷል ፣ በእውነትም ከእምነት ተለቋል ፣ ዲያቆናትንም “የማስተዋል ችሎታ እንዲሰጡት እንጂ ምላስ እንዳይሰጡት” ምስጢሩን እንዲሰውሩ ይለምናል ። በሚገባው ዶ / ር የተደረገው ተግሣጽ እንደዚህ ነበር ። በምድራዊ ሐጅ ላይ። በቦስተን ውስጥ በአዲሱ የእንግሊዝ ታሪካዊ እና የዘር ሐረግ ማህበረሰብ ክፍሎች ውስጥ የዚህ ታጋሽ ሰው ምስል - አሁን አንድ ቦታ የሆነ ቅዱስ ነው

። በዚያ የበግ መሰል ፣ ሐዋርያዊ ፊቱ የበዛባቸው የዘሮቹን ከባድ የጥንት የጉልበት ሥራዎች ወደታች እያየ በሱፐር እና በባንዶች ውስጥ ይታያል ።

አንድ ሰው በሠርጉ-ምሽት ያለ ግጥም እና ያለ ምክንያት የሚጠፋ እንደ ሥነ-ምድራዊ መመደብ ወይም አለመመደብ ለአንባቢው ውሳኔ የተተወ ጥያቄ ነው ። የጋብቻን ጅማት የመታን ይመስለናል ፣ እናም ልንሰራው ይገባል ። በ 1768 እ.ኤ.አ. ጄምስ ማክዶኖቭስ ፖርትሞዝ ውስጥ በጣም ሀብታም ከሆኑት መካከል አንዱ እና የከተማው ታላቅ ባለፀጋ የጃኮብ ፌ ሴት ልጅ ዕድለኛ አጋዥ ነበር ። የሙሽራይቱ ቤት ለተጌጡ ታንቆ ለብርሃን ተዘጋጀ ፣ የግብዣው ጠረጴዛ ተሰራጮቶ እንግዶቹ ተሰብስበዋል ። ሚኒስትሩ ልብሳቸውን የለበሱ በተቀረጸው የእጅ ጽሑፍ አጠገብ ቆመው እጅ ለእጅ ተያይዘው ይጠብቁ ነበር ። ከዚያ የማይመች የጊዜ ክፍተት ተከትሎ - የሆነ ቦታ አንድ ችግር አለ። በሳቁ ቡድኖች ላይ አንድ ያልተለመደ ዝምታ ወደቀ; አየር በተስፋ እየጠበበ መጣ; በእቃ ቤቱ ውስጥ ፣ አሞስ በግስ ፣ ገበሬው በችግሩ ውስጥ በአዲሱ ቀረፋ ቀለም ባላቸው ትናንሽ ልብሶች ላይ አንድ የወደብ ጠርሙስ ከፈለ ። ከዚያ ሹክሹክታ - እነዚህን ሃያ ደቂቃዎች በሹክሹክታ ማፈን - በአፓርታማዎቹ ውስጥ ሮጠ ፣ - “ሙሽራው አልመጣም!” ። በጭራሽ አልመጣም ። የዚያ ምሽት ምስጢር ከመቶ ዓመት እና ከሩብ መዘግየት በኋላ ምስጢር ሆኖ ቆይቷል ።

የጄምስ መዶኖቭ ምን ሆነ? እያንዳንዱ እንግዳ ፊቶች በሚፈታተኑበት ፣ የእያንዳንዱ ሰው የቀድሞ ሰዎች በሚታወቁበት ማህበረሰብ ውስጥ በጣም የታወቀ ሰው ግድያ ጥቂት ጥቃቅን ዱካዎችን ሳይተው ሊከናወኑ አይችሉም ። የብልግና ጨዋታ ጥላ አልተገኘም ። ተገድሏል ወይም እራሱን እንደገደለ በመጀመሪያ በጥቂቶች የተቀበሉ ንድፈ ሐሳቦች እና ከዚያ በኋላ በማንም አልተቀበሉም ። በሌላ በኩል ደግሞ ከእጮኛው ጋር ፍቅር ነበረው ፣ ሀብት ነበረው ፣ ኃይል ፣ አቋም ነበረው - ለምን ተሰደደ? በሕዝብ ጎዳና ላይ ለአፍታ ታየ ፣ ከዚያ በኋላ በጭራሽ አይታይም ። ወደ አየር የተለወጠ ያህል ነበር ። ይህ በእንዲህ እንዳለ የሙሽራይቱ ግራ መጋባት በሚያስደንቅ ሁኔታ ህመም ነበር ። በመንገድ ላይ ከተገደለ እና ከተገደለ ልታለቅስለት ትችላለች ። እርሷን ጥሎ ቢሄድ ኖሮ እራሷን በኩራቷ መጠቅለል ትችላለች ። ከዚያ በኋላም ከዚያ በኋላ

የትኛውም መንገድ አልተከፈተላትም ። ከሁለቱም በአንዱ ተረት ተረት ከተባለ ሰው ጋር ድንገት ድንገት በድንገት ከሚጠፋው እና ከተተወው የምድራችን ክፍል ብዙም በማይርቅ ጎዳና ላይ ለሃያ ዓመታት ዕውቅና የማይሰጥ ሰው ጋር የሃውወንድር ስምምነቶችን ይሰጣል ። በፖርትሞዝ ውስጥ እንደዚህ ራስን መሻር አልተቻለም ። ግን ዋቄፊልድ ሳላስታውስ ስለኮምኮንኖ በጭራሽ አላሰብኩም ። ለብዙ አመት ጄምስ ሚኮኖቭ ፣ በተወሰነ አድፍጦ አድፍጦ ፣ የራሱን አስደንጋጭ የመጥፋት ውጤት ያጠና እና የተተነተነ የማይገለፅ ጽኑ እምነት አለኝ ።

እ.ኤ.አ. በ 1758 የተወሰነ ጊዜ በንጉ ጠበቃነት ተሸካሚ እና ብዙ የወርቅ ማሰሪያ የተሸከመው ፖርትስሞዝ ተገለጠ ። ይህ አንፀባራቂ ገር የሆነ ሰው አቶ. እንግሊዛዊው የእንግሊዛዊው የእንግሊዛዊው ዊልማን ክላጌት ፣ አባቱ ሰፋፊ በሆነው የኦክ ዛፍ እርሻ ላይ ከአስራ ሁለት የጭስ ማውጫዎች ጋር በሚኖርበት ቤት ውስጥ አሰልጣኝ እና ስምንት ወይም አሥር አገልጋዮችን ይጠብቃል ። በቅኝ ግዛቶች ውስጥ እስከመጣበት ቅጽበት ድረስ ፣ ሚ. ዊዝማን ክላገት ከራሱ በስተቀር ምንም ነገር ማቆየት አልቻለም ነበር ። ሀብቱ የግል ጌጣጌጦቹን ፣ በላባዎቹ ላይ የወርቅ እንቁራሪቶችን እና በጉሮሮው ላይ ያለውን ቆርቆሮ ፣ ሌሎች ማራኪዎች እሱ አልነበረውም ። ሆኖም በእነዚህ የአውራጃው ወጣት ውበቶች አንዷ የሆነችውን የሰላጣ ሚሸል ዓይንን ለማደነቅ እና በአመታት በችግር እንደተጨነች እንድትረሳት አስችሏል ። አስጠንቃቂ ፣ ከዚያ በአውሮፓ ውስጥ ፣ እና በተረበሸ ልብ ወደ ቤት ለመመለስ የታሰበ። አቶ. ክላጌት ጠበኛ እና ጥበባዊ የበቀል ስሜት የተሞላበት ሰው ነበር ፣ እናም ለታመነው ታማኝነት ከበቂ ቅጣት በላይ አረጋግጧል ። አስጠቂው መሞቱ - እሱ ከተመለሰ ብዙም ሳይቆይ እንደሞተ የሚገልጸው የማይረባ እውነታ ፣ እ.ኤ.አ. የክላገት ቅናት; እሷን እንዲያደርግ የሚያደርጋት አንዳች ነገር ሳይተው በመጀመሪ ፍቅሯ የተፀፀተችው ጥርጣሬ አሳስቦት ነበር ። “ይህ የማስጠንቀቂያ ዕዳዎችን ለመክፈል ነው” ብለዋል ። ክላገት ፣ የጠረጴዛውን ጨርቅ ነቅሎ የሻይ ነገሮችን ሲያፈርስ ።

በይፋ ኃላፊነቱ የማያቋርጥ ዐቃቤ ሕግ ነበር ። ክላጌት የሚለው ስም በፍጥነት ወደ ግስ ተለወጠ ። “ክላገት” ማለት “ክስ መመስረት” ማለት

ነው ሊለወጡ የሚችሉ ቃላት ነበሩ ። ምንም እንኳን ታታሪነቱ እና ንጉሣዊ ጥቅሞቹ ቢኖሩም ፣ እንደዚህ ዓይነት ቢሆን ፣ የንጉ ' ጠበቃ ማጭበርበሪያው የዘለዓለም ጉድለት አሳይቷል ። ከጊዜ ወደ ጊዜ አስፈላጊ ያልሆኑ ድምፆችን ለመሰብሰብ የተጠቀመባቸው የተንኮል ድርጊቶች በሞሊየር ኮሜዲዎች ውስጥ የተወሰኑ ትዕይንቶችን ያስታውሳሉ ።

አቶ. ክላገት ለአሜ ግድያው የከተማው የፖሊስ መኮንን ነበረው ። እርስ በእርስ ተፈጠሩ ። እነሱ አንድ አበባ ያላቸው ሁለት አበባዎች ነበሩ እና ይህ የአሠራር ዘዴያቸው ነበር ። ክላገት ከአገልጋዮቹ አንዱን በመንገድ ላይ ከአንድ የአገሬው ሰው ጋር ጠብ እንዲመረጥ ላከ ፣ ወይንም ከአንዳንድ መርከበኞች ጋር በእንግዳ ማረፊያ ሲጠጣ ፖሊሱ እንደ ሁኔታው መርከበኛውን ወይም የአገሩን ሰው በቁጥጥር ስር አውሎ ወንጀለኛውን ከኤም. ክላገት; አቶ. ክላገት ጥፋተኛውን የሞራል ትምህርት አንብበው አምስት ዶላር እና ወጪዎችን ቀጡ ። ዘረፋው ከዚያ በኋላ በሴረኞቹ መካከል ተከፋፈለ - በአንድ ልብ በሚመታ ሁለት ልቦች - በእርግጥ የአንበሳውን ድርሻ በማግኘት ። ፍትህ በየትኛውም ሀገር በቀላል መንገድ በጭራሽ አልተተገበረም ። ይህ ታዋቂው የሕግ ብርሃን በ 1784 ጠፍቶ ነበር ፣ እና ክር በሊችፊልድ ፣ አዲስ ሃምፕሻየር ውስጥ በሚገኘው ትንሽ የቤተክርስቲያን ቅጥር ግቢ ውስጥ ተኝቷል ። ከሌላ ሰው ጋር በጣም ደስተኛ ለመሆን የንጉ ' ጠበቃ በበቂ ሁኔታ መትረፉን ማወቅ እንደዚህ ዓይነት ጊዜ ካለፈ በኋላ እንኳን እርካታ ነው ። ሌቲስ ሚቸል ዊዝማን ክላጌትን ስታገባ በጣም አስራ ስምንት ነበር ።

ከሰማኒያ ዓመታት ገደማ በፊት ጥበበኛ የሚባል አንድ ብልህ ባል በቀድሞ ከተማ ጎዳናዎች ላይ የታወቀ ሰው ይመስላል ። አቶ. የቢራ ጠመቃ ስለ እሱ “በጣም የታወቀ ደደብ ፣ ጆኒ ትልተን” ብሎ ይናገራል ፣ አንድ ሰው “ታዋቂው የመንግስት ባለስልጣን ዳንኤል ዌብስተር” ማለት አለበት ። ሁሉም ነገር የአመለካከት እጥረት ባለበት እና ምንም ቀላል ነገር ባለበት በዚህ የስነ-ምግባር ሁኔታ ውስጥ ማንኛውም ዓይነት ስብዕና እንዴት እንደሚከብር ለመመልከት ጉጉት አለው ። ጆኒ ትልተን ለመጀመር ብዙ ግለሰባዊነት ያለው አይመስልም ፤ ማንኛውንም ብልህነት የሚያሳየው ጭንቅላቱ ከተሰነጠቀ በኋላ ብቻ ነው ። ያ በማይታወቅ ልጅነቱ መጀመሪያ የተከናወነው ። በአሮጌው ደወል ማደያ

በስተጀርባ በሚቆመው የአባቱ ጋጣ ውስጥ ከሰገነት መስኮቱ ውስጥ ደሮዎችን ደጋግመው ሲመለከቱ ተመለከተ ። ምንም እንኳን እንደ ሌሎቹ ወጣት ልጆች ብሩህ ባይሆንም ከዶሮ የበታች አለመሆኑን አንድ ቀን ለጆኒ ተመለከተ ። እናም በሰገነቱ ላይ ባለው የመስኮት አናት ላይ ራሱን አኖረ እጆቹን ነቅሎ በረረ ። አዲሱ የእንግሊዝ ኢካሩስ ጭንቅላቱን ወደ ታች በማውረድ ለጊዜው የማይሰማ ተኝቶ ነበር እናም ከአሁን በኋላ አዋቂነቱን ያጣ ሟች ሆኖ ተመለከተ ። ሆኖም ባልተለመዱ ጊዜያት ደመናው ከመጥፎ ድርጊቱ በፊት በእሱ ውስጥ ባልተገኘበት ብልህ ብልጭታ ብልጭታ ታየ ። ፖሎኒየስ ስለ መንደሩ እንደተናገረው - ሌላ ያልተሰነጠቀ ሟች - የቶልተን ምላሾች “ብዙውን ጊዜ እብደት በሚመታበት ደስታ ፣ ይህም በምክንያታዊነት እና በሰከነ አእምሮ ጤናማ ባልሆነ መንገድ ሊወጣ አልቻለም ።” አንድ ቀን ጠዋት ለምጽዋው የሚሆን መሬት ሊበቀለው በቆሎ ከረጢት ጋር በዱቄት ፋብሪካው ታየና ምን እንደሚያውቅ ተጠየቀ ። ደሃው “እኔ የማውቃቸውን አንዳንድ ነገሮች እና አንዳንድ የማላውቃቸውን ነገሮች መለሰልኝ ። የወፍጮቹን አሳማዎች ስብ እንደሚያድጉ አውቃለሁ ፣ ግን በማን በቆሎ ላይ እንደሚደፈሩ አላውቅም ። ” ከፖሎኒየስ ሌላ ቃል ለመበደር ፣ ምንም እንኳን ይህ እብደት ቢሆንም ፣ በውስጡ ግን ዘዴ ነበር ። ትልተን በመጨረሻ ምጽዋ ውስጥ አመጣ ፣ እዚያም በከተማው ውስጥ በፈለገው መንገድ የመዘዋወር ነፃነት ተፈቅዶለታል ። ሁሉም የስሜት ህዋሳቱ ልክ እንደነበረው የውሃውን ጎን ይወድ ነበር ። ብዙውን ጊዜ አዙሩ በደሴቶቹ ላይ ወደ ብር የሚያንፀባርቅበትን ወንዙን እየተመለከተ ፀሐያማና አፍቃሪ በሆነ ፈገግታ በከንፈሮቹ ላይ ለሰዓታት ሲቆም ይታየ ነበር ። ዶሮዎች ወደዚያ ምድብ ውስጥ ሊገቡ ከቻሉ ምናልባት ሁልጊዜ ጥቂት የአየር ዶሮ ላባዎችን ባርኔጣ ውስጥ ተጣብቆ ምናልባትም ምናልባትም ከአየር ወፎች ጋር እራሱን አሁንም ለመቀላቀል አንዳንድ ግልጽ ያልሆነ ሀሳብ ይዞ ነበር ።

ከስሙ ሦስተኛው ጆርጅ ጃፍሬይ የሌላ ቀለም ባሕርይ ፣ የተወለደ ደግ ሰው ፣ በ 1730 የሃርቫርድ ምሩቅ እና በ 1766 ከግርማው ጉባ ው አንዱ ነበር - የአንበሳ ደም ያለው እና በእያንዳንዱ ጅማት ውስጥ ዩኒኮርን የያዘ ሰው ። እስከ መራራ ፍፃሜው ድረስ አል ል ፣ እና ከዛም በተጨማሪ ፣ አንድ የጫማ ቡልጋኖቹን ዋጋ ያለው አንድ ታማኝ ንጉሳዊ ንጉስ ፣ ከብር

የተባረሩ በመሆናቸው ሳይሆን ፣ ግንብ ምልክቱን እና የዘውዱን ማህተም ስለያዙ ነው። በአፍ እና በግብዝነት ላይ ሐሰተኛ ሰዎችን ለመጨን እድል የሰጠ በመሆኑ በአፍ የሚደረገውን ጸሎት በጥብቅ ተቃውሟል ። በቤተ ክርስቲያን በሚገኝበት ጊዜ ጠንቃቃ እና በምላሹ የማይደክም ቢሆንም ምንም እንኳን የተለየ አምላካዊ ባሕርይ ባይሆንም ። በአንድ ወቅት ቢያንስ ቅንነቱ አጠያያቂ አይደለም ። በተወሰኑ ግዛቶች ድንበር ላይ በአንዳንድ ወረራዎች በጣም ተበሳጭቶ ስለነበረ እና በነገው እለት በጉዳዩ ተሞልቶ ወደ ቤተክርስቲያን ሄዷል ። አገልጋዩ አገልግሎቱን በሚያነብበት ጊዜ ወደ ሐዋርያው መጥቶ “የባልንጀራውን ምልክት የሚያነሳ የተረገመ ይሁን” ። የጀፍሬይ ስሜቶች ለእሱ በጣም ብዙ ስለነበሩ “አሜን!” ብሎ ጮኸ ። በአጠገብ ለሚገኙት መንጋዎች ፈገግታዎችን በሚያመጣ የድምፅ ቃና ።

አቶ. የጃፍሬይ የመጨረሻ ኑዛዜ ምንም እንኳን ሀቁ ቢኖርም የውሸት ሰነድ ነበር ። ወረቀቱን ያዘጋጀው ኤርሚያስ ሜሰን ። በመጀመሪያ አቶ ነበር ። የጃፍሬይ ንብረቱን ለተወዳጅ ጓደኛው ለኮሎኔል ጆሻ ጎዎርዝ ለመተው ያቀደው ዕቅድ; ነገር ግን ኮሎኔሉ በአንዳንድ የተሳሳተ አቋም በመያዝ የአሁኑን የታንታለስን ወደ ሌላ አቅጣጫ ማዞር ችሏል ። ሰፊው ንብረት ለሞካሪው የልጅ ልጅ ለጆርጅ ጃፍሪ ጀፍርስ ተላል ል ፣ ከዚያም ወራሹ የአሥራ ሦስት ዓመት ልጅ የሆነው የጌጣጌጥ ስም ይጥላል ፣ በፖርትማዝ ውስጥ በቋሚነት ይኑር እና ከዘብተኛ በስተቀር ማንኛውንም ሙያ አይቀበልም ። በዚያ የመጨረሻ አንቀፅ ውስጥ እጅግ በጣም ብዙ ፖርትሞዝ እንዲሁም ጆርጅ ጃፍሪ አሉ ። አራተኛው ጆርጅ መስፈርቶቹን በጥሩ ሁኔታ አሟልቶ በስድሳ ስድስት ዓመቱ መሞቱ ያለ ምንም ችግር እና ንብረት የዚያ የጊዮርጊስ መስመር የመጨረሻው ነበር ። የፍቃዱን መስፈርቶች በሚያምር ሁኔታ አሟልቷል እላለሁ; ግን የእኔ መግለጫ በውጤት ላይ የተመሠረተ ይመስላል ፣ ምክንያቱም እሱ በሚያስከትለው ቀን በተንኮለኛ ዘመናዊ ሰው ስለ እሱ ተስተውሏል- “ደህና ፣ አዎ ፣ አቶ. ጃፍሬ በሙያው ጨዋ ሰው ነበር ፣ ግን በሙያው ጎልቶ አይታይም ። ”

የዘመን ቅደም ተከተልን ጠብቆ ለማቆየት የሞከርኩበት ይህ መጠነኛ የመገለጫዎች ኤግዚቢሽን በዶ / ር ንድፍ ተጠናቀቀ ። ጆሴፍ ሙሴ

በቅኝ አገዛዝ ዘመን በስተን የማተሚያ ቤቶ ቢኖሯት ፖርትስማውዝ ዶር. ጆሴፍ ሙሴ እንደ ቀልደኞች ጥራት ፣ የእነዚህ የሁለቱም ሰዎች ገለፃዎች የተሻሉ እና የማይታወቁ ሆነዋል ። “የቀልድ ብልጽግና የሚሰማው በጆሮ ውስጥ ነው ።” የተስተካከለ ጥበብ እቅፉን ማጣት አይቀሬ ነው ። አንድ ብልህ ዳግም መሸጫ ለተበረበረበት ውድ ጊዜ ነው ፣ እና ብዙውን ጊዜ ትራንስፖርት የማይሸከም የመከር ጊዜ ነው። ዶር. ሙሴ - ዲፕሎማውን የተቀበለው ከሐኪሞች ኮሌጅ አይደለም ፣ ግን አንድ ጊዜ የሩማውን የግል ደህነንት መድሃኒት ካደረገበት ሁኔታ እና ስለሆነም ሳምቦ የተባለ አንድ አፍቃሪ ኔሮ በምስማር ተቸንክሯል ። ሙሴ ፣ ሁል ጊዜም እንደሚጠራው ፣ ወሰን ከሌለው ቀልድ እና እጅግ በጣም ጥሩ የጌጣጌጥ ጓደኛ ጋር በመሆን በባህል ተላልፎ ተሰጥቶናል ። ግን የእሱ ከፍተኛ መንፈሶች በጣም የተተነተኑ ሆኖ ማግኘቴን መናዘዝ አለብኝ ። አስቂኝነቱ በአመዛኙ በተግባራዊ ደስታዎች ላይ ተሠርቷል-እንደ ሚንበር ሳምቦ ላይ ይለማመዳል - ግን እነዚህ ልዩነቶች ምንም እንኳን ለሚመለከታቸው አካላት ቢስማሙም ከውጪ ላሉት ሰዎች መግነጢሳዊነት የጎደላቸው ናቸው ። እሱ በጭብጨባና በጭንጫም ባልተጫነ ባለቀለም ቀለም ባለው አነስተኛ መኖሪያ ውስጥ እንደኖረ ስለ እሱ ምንም አስደሳች ነገር አላገኘሁም በመጨረሻም የዚያ ሕንፃ ጣሪያ በተስተካከለበት ጊዜ ከተጣለው የአሮጌው ደቡብ ቤተክርስትያን ሻንጣዎች አንድ የ አግኝቷል ። .

ዶር. ሙሴ ፣ ልክ እንደ ጊዜው እና የክፍል ሰዎች ሁሉ የፕሮቲን ሥራ ሰው ነበር - ተቀላቀል ፣ ፀጉር አስተካካይ ፣ እና ምን አይደለም ። እሱ ብዙ የገንዘብ እዳ እና ቅልጥፍና ያለው ውይይት እንዳደረገ ምንም ጥርጥር የለውም ፣ ይህ ሁሉ ከእኛ ያመለጠ ነው። እሱ በእርግጥ ሆዱን አስደነቀ ። ቴዎዶር አትኪንሰን ያልተለመዱ ክፍሎች ሰው እንደመሆኑ ለክፍለ ሀገር ክቡር ፀሐፊ እንደ ሁለተኛ ሀሩን አል ራሺድ ሁሉ ብዙውን ጊዜ ፀጉር አስተካካሪውን ከኩባንያው ጋር እንዲያዝናና ጠርቶት ነበር ። አንድ ምሽት - እና ይህ ለሐኪሙ ዝግጁነት ብቸኛው ሊባዛ የሚችል ምሳሌ ነው - ሚ. አትኪንሰን በተመረጠው አነስተኛ ብርጭቆ በተደረገ ብርጭቆ እንግዶቹን አስመልሷል ። ሐኪሙ በአዋቂው ግማሽ በተዘጋ ዓይኑ ላይ

ከብርሃን ጋር ተመለከተው እና የቀለጠውን ቶፓዝ በእርካታ ከጠገበ በኋላ ዕድሜው ስንት እንደሆነ ጠየቀ ። መልሱ “ከስልሳ ዓመታት በፊት የነበረው የመከር ዘመን” ነበር። ሐኪሙ “በጥሩ ሁኔታ ፣” በሕይወቴ ውስጥ እንደዚህ ያለ ትንሽ ነገር በሕይወቴ አይቼ አላውቅም። በመዝገብ ላይ የእርሱ ሌሎች ሞተሮች አሉ ፣ ግን ፊቶቻቸው በጥርጣሬ የሚታወቁ ናቸው። በእውነቱ ፣ ሁሉም ብልሃተኛ ነገሮች ከዓመታት በፊት ተነግረዋል ። አንድ ሰው በአሁኑ ጊዜ የመጀመሪያውን ቀልድ ቢፈጽም ወዲያውኑ ወዲያውኑ በሳንስኪርት ውስጥ ያገኛል ። እኔ እፈራለሁ ዶር. ዮሴፍ ሙሴ በእኛ ላይ በጣም ጠንካራ የይገባኛል ጥያቄዎች የሉትም ። እንደ አንድ ለመሆን ያህል ጥሩ የጥበብ ሰው ዝና ስላለው እዚህ ቦታ ሰጥቼዋለሁ ።

የግል ትዝታዎች

ከቦስተን እስከ ፖርትሞዝ ድረስ ባለው ምስራቅ መንገድ ላይ የመጀመሪያው ባቡር መሮጥ - የተከናወነው ከአርባ ዓመት በፊት በሆነ ጊዜ ነበር - ከባድ አደጋ ተከስቷል ። አደጋው በፖትስማውዝ ተርሚናል በተጨናነቀው ጣቢያ ውስጥ የተከሰተ ሲሆን በወቅቱ ያልታየ ነበር ። ጥፋቱ በቶሎ ባይሆንም በሞት ተከተለ ፣ እና ያ ደግሞ ፣ በሚያስደንቅ ሁኔታ በቂ ሆኖ አልተገኘም ። ሆኖም ፣ በብዙ ተስፋዎች እና በመንገዱ ዳይሬክተሮች የተጫነው ይህ የመጀመሪያ ባቡር ሮጦ ገደለ - የአከባቢው ባህሪ ።

እስከዚያ ጊዜ ፖርትሞዝ በጣም ገለልተኛ የሆነ ትንሽ ማህበረሰብ ነበር ፣ እናም የመገለሉ ድፍረት ነበረው። ከጊዜ ወደ ጊዜ የርቀት አውራጃዎች ጭፍን ጥላቻ እና የተለመዱ ሁኔታዎችን ከግምት ሳያስገባ በእራሱ እቅድ እና ዝርዝር መግለጫዎች ላይ የተገነባውን ግለሰብ በእርጋታ አፍርታ ነበር ። ይህ ግለሰብ ብቻ ተወላጅ ነበር ። እሱ የተወለደው በከተማው ውስጥ ነው ፣ በከተማ ውስጥ እስከ ጥሩ እርጅና የኖረ ሲሆን በመጨረሻም ከሥሩ እስከሚቀመጥ ድረስ ከቦታው ፈጽሞ አልወጣም ። ለእርሱ ፣ ቦስተን ፣ ምንም እንኳን ሃምሳ ስድስት ማይልስ ብቻ

ቢሆንም ፣ የማይታወቅ ብዛት ነበር ማለት ይቻላል - በጭካኔ ጂኦግራፊያዊ መለኪያው ሃምሳ ስድስት ማይልስን ብቻ ነበር ፣ ግን በሺዎች የሚቆጠሩ ማይሎች ርቀቱ ። በእነዚያ ቀናት ፣ በቦስተን ለመድረስ ባለሰስት ፎቅ የጭቃ ሊ የሚመስል ታላቅ ቢጫ ፣ ደብዛዛ የመድረክ አሰልጣኝ የመያዝ ግዴታ ነበረብዎት-የእንሰሳት ተመራማሪው ለምሳሌው ይህን የመሰለ ደፋር ፈጠራን ይቋቋማል ። አሰልጣኝ ሁል ጊዜ በመንገድ ዳር ወይም አንድ ጎማ ያልፈሰሱ ቢሆኑም እጅግ በጣም ጠዋት መውሰድ ነበረብዎት ፣ እኩለ ቀን ላይ በአይፐስዊች ላይ እራት ከተመገቡ በኋላ እና ምሽት ላይ እንደወደቀ ከወርቅ ጉልላት ጋር ወደ ታላቋ ከተማ ገባ ። የመሪዎች አንካሳ አልነበሩም ። በፖርትሞዝ ላሉት ለብዙ ብቁ እና ጥሩ ሰዎች ፣ ይህ ጉዞ በሕይወት ዘመን ሁለት ወይም ሦስት ጊዜ ብቻ የተከናወነ ክስተት ነበር ። ለጊዜው ለተገናኘሁበት የተለመደው ግለሰብ በጭራሽ አልተከሰተም ። ከተማዋ መላው ዓለም ነበረች ። እንደ ፓሪሺያን ፓሮሺያል ነበር ። የገቢያ ጎዳና የእሱ ነበር ፣ እና የሰሜን ጫፍ የእሱ ነበር።

በእርግጥ ያለ እሱ ውስንነቶች የአከባቢ ቁምፊዎች ዓይነቶች ነበሩ ። የተከበሩ ነጋዴዎች ከምስራቅ ህንድ ንግድ ጡረታ የወጡ; አረጋውያን ለስላሳ ሴቶች ፣ ከቤተሰብ ጌጣጌጦች እና ከግል ልዩ ባህሪዎች ጋር; አንድ ወይም ሁለት ምሁራዊ የ ‹› ንባብ ክፍልን በመጥለፍ በሄደ ኮት መቆረጥ ፣ የቀድሞው የባህር ላይ ካፒቴኖች በጣት ቀለበቶች ልክ እንደ ሲሞን ዳንዝ ጎብኝዎች በሎንግሎውግ ግጥም ውስጥ - በተጨናነቀ ዓለም ውስጥ ብዙ ስራዎችን የተጫወቱ እና በተረጋጋ ፀሐይ ስትጠልቅ ወደ የድሮው እንጆሪ ባንክ ተመልሰዋል ። እነዚህ የጥንት መርከበኞች በእያንዳንዱ የታወቀ ባሕር ላይ ከአስደናቂ አውሎ ነፋሶች እና አውሎ ነፋሶች ጋር ከተዋጉ በኋላ በተደጋጋሚ ጊዜያት በፒሳታኳ ወንዝ ላይ በሚገኙ ትናንሽ የመርከብ ጀልባዎች ውስጥ በአስደሳች የአየር ሁኔታ ውስጥ አልሰመሩም ማለት እችላለሁ ። አራት ወይም አምስት መቶ ቶን መርከቦችን ያዘዙ አሮጌ የባህር ውሾች በተፈጥሮአቸው አሥራ ሁለት ጫማ ርዝመት ያላቸውን የመርከብ ጀልባዎች እምቅ አነስተኛ አክብሮት ነበራቸው ። ነገር ግን እነዚህ ያልተለመዱ ዱላዎች መጨመር አልነበረባቸውም - እኔ ብጠራቸው ፣ በምንም ዓይነት ንቀት ባልተሞላበት ሁኔታ - እነዚያ ንፁህ የሚመስሉ ትይዩ አሞሌዎች በኋላ

ፖርቹግትን ከማሳቹሴትስ የጋራ መዲና ዋና ከተማ ጋር ይገናኛሉ ። ሁሉም ሁኔታዎች እንዲለወጡ ፣ የድሮ ማዕዘኖች እንዲነፃፀሩ ፣ አዲስ አድማስ እንዲታዩ መደረግ ነበረባቸው ። ግለሰቡ እንደ ድንገተኛ ግለሰብ ታላቅ ማሻሻያዎችን ማድረግ ነበረበት። እሱ የመጥፋት (የመጥፋት) ካልሆነ - ምናልባት ትንሽ ዕድሉ - ቢያንስ ቢያንስ ታዋቂነቱን ያጣል ።

ሆኖም ፣ እንደ ተናገርኩት ፣ የአከባቢው ገጸ-ባህሪ እዚህ ቃል ጥቅም ላይ በሚውልበት ሁኔታ ወዲያውኑ አልተገደለም ። የዘገየ ሞት ሞተ ፣ እናም አጠቃላይ ወይም ምናልባትም ማንኛውንም ማስታወቂያ ላለመሳብ በሰላም እና በዝምታ አል ል። ቀስ በቀስ የመፈታቱ ጊዜ በልጅነቴ ጊዜ ወደቀ ። የመጨረሻው ከኮክ ባርኔጣዎች የመጨረሻው ወጥቷል ፣ እናም የባቡር ሐዲዱ ከመግባቴ ከረጅም ጊዜ በፊት ነበር ። ነገር ግን የተወሰኑ ቀለሞች ፣ የተወሰኑ ግማሽ ጊዜ ያለፈባቸው ልማዶች እና ያለፉት ጥራጊዎች አሁንም ቀርተዋል ። ለምሳሌ የመጨረሻውን የከተማ ጩኸት ለመያዝ አልዘገየሁም - አንድ ኒኮላስ ኒውማን ፣ በፍርሀት የማሰበው እና አሁን በአንድ ዓይነት ፍቅር አስታውሳለሁ ።

ኒኮላስ ኒውማን-ኒኮላስ ጥሩ ሥነ-ጽሑፍ ነበር ፣ እውነተኛ ስሙ ኤድዋርድ-በጣም ግምታዊ ሰው ነበር ፣ በጣም አጭር ፣ ዐይን ዐይን ዐይን ፣ በተወሰነ መልኩ አንገትን ደፍቶ ፣ ከቁመቱም ሁሉ ጋር በሚመሳሰል ደወል ነበረ ። ከዚያን ጊዜ ጀምሮ ያ መጠን ያለው ደወል ከቤተክርስቲያኑ ቁልቁል ጋር ሲገናኝ አላየሁም ። ከቢሮው መሣሪያ ጋር የሚዛመድ ስለ እርሱ ብቸኛው ነገር ድምፁ ነበር ። የእሱ “ሁሉንም ስማ!” አሁንም የማስታወስ ጆሮውን ያደነዝዛል ። ተፈጥሮ እርሱን በመቅረጽ ተፈጥሮ መጀመሪያ አንድ ሸርጣን እንደታሰበ ይመስለኛል ፣ ግን ወደ አንዱ የሚሄድበት መንገድ ነበረው ፣ ግን ስለእሱ በተሻለ አስቧል እና የከተማ አስደንጋጭ አደረገ ። ስለ ክሩሴሲያን ዓላማ ሚ / ርን ያገለገለው እርጥብ አውራ ጣት ብቻ ቀረ ። የበስተን ምሽት ወረቀቶችን በማድረስ ረገድ ጥሩ ሰው የሆነው ኒው ሰው በአጋጣሚ የዜና አከፋፋይ ነበር ። ትክክለኛ ሥራዎቹ ጨረታዎችን ፣ የቀብር ሥነ ሥርዓቶችን ፣ የተሳሳቱ ሕፃናት ፣ ተጓዥ ቲያትሮች ፣ ሕዝባዊ ስብሰባዎች ፣ የጠፋ ወይም የተገኙ መጣጥፎችን ማልቀስ ነበር ። በተለይም ብዙውን ጊዜ የአረጋውያን ደናግል ሴቶች ንብረት የሆኑትን ሪቲክሎች

መጥፋቱን በማስታወቅ ጠንካራ ነበር ። ብዙ ይዘቶችን በዝርዝር የገለፀበት ክፍል ፣ ሙሉ በሙሉ ለእሱ ሲነገረው በሌላ ሰው ላይ አስቂኝ ይመስል ነበር ፣ ግን በእሱ በኩል ንፁህ የህሊና ጥንቃቄ ነበር ። እንደ ድንክ ፣ ወይም ሰም ፣ ወይም ተንቀሳቃሽ ጥርስ ፣ ወይም ቶንቶርናል መሣሪያን በሚመለከት ማንኛውንም ተወዳጅ ከንቱ እንዲያመልጠው አልፈቀደም። አቶ ሰማሁ ። ኒውማን “ያ አስፈሪ ሰው” ተብሎ ተጠርቷል ። እሱ የሚያምር ሰው ነበር።

በቅኝ ገዥዎች እገዳ የድምፅ ቅሪት በየምሽቱ ዘጠኝ ሰዓት ከአሮጌው ሰሜን ተራራ ላይ ሲወጣ የምሰማውን የከተማዋን ደዋይ በእነዚያ የደመቁ ድምፃች በማገናኘት በሱ ደወል ምክንያት ሊሆን ይችላል ። ኒኮላስ ኒውማን አል ል ፣ ምናልባትም ምናልባት በሌላ ቦታ የደረሰበትን ኪሳራ እያለቀሰ ፣ ግን ይህ የምሽት ክፍያ አሁንም ልማድ ነው። ከዘጠኝ ሰዓት ጀምሮ በኮንግረሱ ጎዳና ላይ ያለው ትንሽ ሱቁ በየምሽቱ እየጮኸ ስለነበረ ፣ ከሌላው በጣም የተለየ ስብእናን ፣ የሰል ሆልምስ ፣ የፀጉር አስተካካዩ የበለጠ በአጥጋቢ ሁኔታ ማብራራት እችላለሁ ። በዚያ ሰዓት ብዙ ጊዜ በመስታወቱ መስታወት ላይ አፍንጫዬን አጣጥፌያለሁ ። እሱ በአጠቃላይ የግብረ-ሰዶማውያን ሱቆች ፣ በሰርከስ ክፍያዎች ፣ በቀለማት በሚታተሙ ህትመቶች እና በጨርቃ ጨርቅ እና በወርቅ ወረቀቶች የተሞሉ ዝንቦች ያጌጡ በመሆናቸው የግብረ ሰዶማውያን ትንሽ ሱቅ ነበር (እሱ “ኢምፓሪየም” ይለዋል ። ሰል ሆልምስ - ለእኛ ወንዶች ልጆች የቀድሞ አባቶቻችን በአስደናቂ ምስጢር የተያዙ ነበሩ ፣ እኛ በትውልድ አገሩ ልዑል ሊሆን እንደሚችል ገምተናል - ቀለም ያለው ሰው ፣ “ለሰው ልጅ ተፈጥሮአዊ የዕለት ምግብ” በጣም ጨለማ ያልሆነ ፣ እና እንደ አንዱ ልዩ ልዩነት ያስደሰተው በከተማ ውስጥ ያሉ ጥቂት የውጭ ተህዋሲያን ። በዚህ ወቅት የውጭው ንጥረ ነገር ዝቅተኛ ነበር ። እያንዳንዱ ባለሥልጣን ፣ ከመምረጥ አንስቶ እስከ የሰዓት አሰራሩ እስከ መቶ ሰዓት ድረስ ድረስ ከተማው ለመቶ ዓመት ያህል የሚታወቅ ስም አወጣ ። ሁኔታው በጣም ተለውጧል ። የኮንግረሱ ጎዳናን በመዘዋወር ከአሸዋ እንጨት ዱላ እና ከሩዝ ወረቀት ኪስ የእጅ ቦርሳ ጋር የቻይናዊ ፖሊስን ለማየት እጠብቃለሁ ።

ሆልምስ ቁመቱ ከስድስት ጫማ ወይም ከዚያ በላይ ቁመት ያለው እና እንደ ጥድ ቀጥ ያለ ቆንጆ ሰው ነበር ። የዘሩን ጣፋጭ ቁጣ ፣ ቀላልነት እና ከንቱነት ነበረው። እነዚህ ደም-አልባ ተዋጊዎች በተሰለፉበት ጊዜ ሁሉ በወታደሮች ግራጫዎች ውጤታማነት ላይ ወታደራዊ ተጋላጭነቱ አዎንታዊ ሚና ነበረው ። የኋለኛውን የኋለኛውን ክፍል በስተጀርባ ሲያሳድግ ፣ የእግረኛ ኮፍያውን በጭንቅላቱ በግራ በኩል በጭንቅላቱ ላይ ተጣብቆ እና በብሩቱ ላይ ባለው ቀበቶ ላይ አንድ የብር ብር ኩባያ ተንጠልጥሎ በወጣት ዓይኖች ውስጥ በጣም ከሚያስደስት ነገር ውስጥ አንዱ ይመስል ነበር ። ማሳያ. እሱ ራሱ “ኩባንያው ሁሉ” ነበር። ከዚያ በኋላ ከዓመታት በኋላ በማይመታኝ ድብርት ይናገር ነበር ፣ “ወንዶች ፣ እኔ እና ካፕ ቶል“ ከግራ እስከ ሞሮሮ ድረስ ለመጨረስ ነው ”ብለዋል ። ምንም እንኳን በሁሉም የንግድ ሥራዎች ውስጥ በጣም ሐቀኛ ቢሆንም ፣ ሞቃታማው እሳቤው ወደ አጥር አልባው የሕይወት ታሪክ-መስክ በሚዞርበት ጊዜ ሁሉ ለትክክለኝነት የሚፈለጉትን ጥሏል ። በእንደዚህ ዓይነቶቹ አጋጣሚዎች ከሶል ሆልሞች ጋር ሲወዳደር አናንያ ጤናማ ያልሆነ አቋም ያለው ሰው ነበር ። የሶል ሆልምስ አሳዛኝ መጨረሻ ፀሐያማ ከሆነው ፀባዩ ጋር በአንፃራዊ ሁኔታ ተቃራኒ ነበር ። አንድ ምሽት ከረጅም ጊዜ በፊት ከድምፅ የእንፋሎት ወለል ላይ በድንጋይ እና በአዲሱ ዮርክ መካከል በሚገኝ አንድ ቦታ ላይ ራሱን ወረወረ ። ወደ ድርጊቱ ምን እንደመራው ወይም እንዳባረረው በጭራሽ አልተለወጠም ።

በጻፍኩበት ጊዜ በወደቦች ውስጥ ወንዶች ልጆች የነበሩ ጥቂት ወንዶች አሉ ነገር ግን ዊቢድ ፔንሃሎውን እና የሰማይ ሰማያዊውን የዊልቦርቦርን ያስታውሳሉ ። ከማያወላውል በቀር እሱን ለመግለፅ ይቸግረኛል ፣ ምናልባት ዊልበርድ በፊቱ ምንም ዓይነት አገላለፅ ስላልነበረው ። ባዶውን ነጭ ፊቱን ወደ ደመናዎች በማንሳት ሁሉንም ነገር ያገናዘበ ቢመስልም በቀጥታ ወደ መድረሻው ወደ ሰማይ ከተሰጠ ተፈጥሮአዊ ስሜት ጋር በመሄድ ለብዙ ዓመታት ያንን የሚንሸራተተውን የዊልቦር ጎማ በፖርትስማው ኮብልስቶን ላይ አነጠፈ ። የአካባቢያቸውን ሁኔታ ስለማያውቅ አንዳንድ ጊዜ አንድ ትንሽ ልጅ ወደ ባዶ ተሽከርካሪ ጋሪው ብቅ

ብቅ ብቅ ብቅ ብቅ ብቅ ብቅ ብቅ ብቅ ብቅ ብቅ ብቅ ብቅ ብቅ ብቅ ብቅ ብቅ ብቅ ይላል ። በሕይወቱ ውስጥ ሥራው ሽቀጣ ሽቀጦችን እና ሌሎች ሽቀጦችን ለገዢዎች ማድረስ ነበር ። ይህን ያደረገው በሕልም ፣ በግለሰባዊ ዓይነት መንገድ ነው ። መንፈስ በምድራዊ ተሽከርካሪ ጋሪ እንደምንም የያዛው እና ምንም ኃላፊነት ሳይሰማው ሳያውቅ በድንገት ሲገለውት ነበር ። አንድ ቀን ሁለት ጋሎን የሞላሰስ ማሰሮ ይዞ በወጥ ቤቱ በር ላይ ታየ ፣ አናትም ይፈለግ ነበር ። እሱ ረዘም ያለ እንጀራ አይደለም ፣ ግን እሾህ ነበር። የተጎዳው መጣጥፍ ተቀባዩ "በጎ ቸር ፣ ጎበዝ! ማሰሮውን ሰብረሃል ፣"የእሱ ገፅታዎች በርተዋል ፣ እናም እጅግ የተደላደለ ይመስላል። "አሰብኩ ፣" ሲል አስተያየቱን ሰጠ ፣ " !"

የዊቢርድ ፔንሃልሎው እጅግ በጣም ከባድ የሆነው የባለብዙ መደብሮች ጠባቂ ነበር እና እኔ በጭራሽ ያጋጠሙኝ ተስፋ አስቆራጭ የመጀመሪያ ናሙና ። እርሱ በጣም ጥሩ ናሙና ነበር ። ለሁሉም ነገር ልዩነትን ወስዷል ። በሁሉም አተገባበሩ ውስጥ በእንፋሎት እንዲሰራ በቴሌግራፍ ፣ በባቡር መስመር ላይ ተቃውሟል ። አንዳንድ ክርክሮቹን አስታውሳለሁ በአእምሮዬ ላይ ጥልቅ ስሜት ፈጥረዋል ። በአንድ ወቅት እንዳየኝ "በአሁኑ ጊዜ ፣ ልጅዎ ወይም አያትዎ በሌላ የፍጥረት መጨረሻ ላይ ከሞቱ በአስር ደቂቃዎች ውስጥ ያውቃሉ። ምን ጥቅም አለው መሞቱን ለማወቅ ካልተጨነቁ በስተቀር ለመከራ ሁለት ወይም ሶስት ሳምንታት ብቻ ይቀሩዎታል ። ንግዱን ሁሉ ንቆ ለእርሱ ንቀት ታማኝ ነበር ። ብዙም ያልተለመደ ቴሌግራም ሲቀበል ለጥቂት ጊዜ ሳይከፈት እንዲቆይ አደረገው ። በዚህ ምኞት በተግባር አንዳንድ ሽቀጣ ሽቀጦችን የመግዛት እድልን አንድ ጊዜ አምልጦታል ። "እዛ!" እሱ "ቴሌግራፍ ባይፈጠር ሞኝው ይጽፍልኝ ነበር ፣ እናም በአሰልጣኝ ደብዳቤ ልኬ ነበር እና ዋጋዎች በቺካጎ መነሳታቸውን ከማወቁ በፊት እቃዎቹን አመጣሁ ። ያ ልጅ ከእነዚያ የቴፐ ዎርም ቴሌግራፎች ሌላ ካመጣችልኝ የመጥረቢያ እጀታ በእሱ ላይ እወረውራለሁ ። አፍራሽ አመለካከት በአጠቃላይ የታወቁ የአጻጻፍ ሥርዓተ-ጥበባት እስከ ማራዘሙ ወይም ዝቅ ብሏል ። ሁሉም ዓመፀኞች ነበሩ ። ቢላዋ ቢላዋ ቢላ ከሆነ ያኔ ተከራከረ ፣ ቢላዎች ብዙ ነበሩ ። ከዚህ ንድፈ-ሀሳብ ጋር በሚስማማ መልኩ በራሱ እጅ የተፃፉ መለያዎችን (ቻት ማድረጊያ) መለያዎች ሁልጊዜ በሱቁ መስኮት ውስጥ ካሉ መጣጥፎች ጋር

ተያይዘው ነበር ። እሱ ራሱ እንዳስቀመጠው ከመድረሱ ከረጅም ጊዜ በፊት ነው ፣ ግን የፎነቲክ ንድፈ-ሀሳቡ እዚህ እና እዚያ ባሉ ግልጽ አእምሮዎች የተረፈው ይመስላል። ተስፋ አስቆራጭ የድሮ ጓደኛዬ ልክ እንደ የከተማው ማንቂያ ደወል ወይም እንደ ዊብሪድ ፓንሎሎው የህዝብ ባህሪ ስላልነበረ እኔ ሆን ብዬ በማንነቱ ላይ መጋረጃ ጣልኩ ። እኔ ለመናገር በኤልዛቤት ዘመን በእንግሊዛችን ቅድመ አያቶች ዘንድ የሚታየውን አንድ ሰው የማይታይን የማቅረብ ጥራት እንዲኖራት ያሰበውን አስማታዊ የፍሬን ዘር አንድ ወይም ሁለት ወደ ኪሱ ውስጥ ጣልኩኝ ።

በዚህ ዘመን አንድን በተናጠል ፍላጎት ያሳየኝ ሌላ ሰው አንድ ቃል ያልለዋወጥኩት ፣ ድምፁን ሰምቼው የማላውቀው ሰው ነበር ፣ ግን በየቀኑ እንደሚያደርገው ፊቱ ለእኔ የተለመደ ነበር ። በየቀኑ ጠዋት ጠዋት ወደ ትምህርት ቤት ስሄድ እና በየቀኑ ከሰዓት በኋላ እንደተመለስኩ ከስቴቱ ማእዘን ብዙም በማይርቅ ዋሽንግተን ጎዳና ውስጥ በሚገኘው የሻምበል ቢጫ ቤት ሁለተኛ ፎቅ ላይ ይህ ፊት በመስኮት ሲወጣ አየሁ ። አንድ መጥፎ በሽታ በተቀመጠበት ወንበር ላይ ያስተካክለው እንደሆነ ወይም እግሮቹን መጠቀሙ ጠፍቶ እንደሆነ ወይም ምናልባትም ምንም አልነበረውም (የእሱ የላይኛው ክፍል የሚደነቅ ጤንነት ያለው ሰው ነው) ። ያ በዚያ ወጣት ጉጉት የተሞላበት የወጣትነት ስሜት ለመፍታት አልሞከርኩም ። ሆኖም ከዚያ ቤት ወጥቶ እንደማያውቅ የተረጋገጠ እውነታ ነበር ። ስለ እሱ ለራሱ ለራሱ ለሚወረውረው ለድር ጣቢያው አፈታሪክ በልበ ሙሉነት ማረጋገጥ አልችልም ። ለዚህ ውጤት ነበር ቀደም ሲል በኒው ዮርክ እና በካልካታ መካከል የሚሮጥ የአንድ ትልቅ ነጋዴ ጌታ ነበር ። ገና በእድሜው እያለ በድንገት ከሩብ ወለል ላይ ወጥቶ በዚያ መስኮት ላይ ተቀመጠ ፣ - በዚያው እለት አሥራ ሰዎች ስላልተላለፉ እና የችኮላ ጅብ በሚሆንበት በዚያው እይታ የደስታ ስሜት መሆን አለበት። በፓሪ መጋገሪያ ጋሪ ላይ ያሉት ደወሎች ዝምታውን ያደፈረው ብቸኛው ድምፅ ነበር ። ወደ ውርጅብኝ የቀየረው ገዥ ወይም የገንዘብ ብስጭት ቢሆን ወደ ብልሃታዊ ግምታዊ ሀሳብ ቀረ ። እዚያ ግን ቁጭ ብሎ በየአመቱ እና በየዓመቱም ጉንጩን ወደ መስኮቱ በጣም ቅርብ አድርጎ በአቅራቢያው

ያለው ንጣፍ እስከመጨረሻው እስትንፋሱ እየደበዘዘ መጣ ። ከሞተ በኋላ ደብዛዛው ቀረ ።

በዚህ የአርካድ ዘመን ውስጥ በክፍለ-ግዛቶች ውስጥ ለአንድ የቀብር ሰው የአንድ ሰው አካልን መለካት ይቻል ነበር ። በፖርትሞዝ ውስጥ አንድ ሴክስቶን ነበር - ስሙ ከእኔ አምልጧል ፣ ግን ባህሪያቱ አያደርጉም - አስደናቂነቱ ለድንጋይ ቤተ-ክርስቲያን ግዙፍ የሕንፃ ግንባታ ወንድም አደረገው። በተከበረበት ሥነ-ስርዓት ሁሉ ያለፈቃዱ ነገር እስከ መሟጠጥ ድረስ እንኳን በሁሉም የተከበሩ አጋጣሚዎች አስደናቂው ሰው ነበር ። የእሱ አጋጣሚዎች በደስታ ብቻ የተከበሩ አይደሉም ። በሌሎቹ የህዝብ አገልግሎቶቹ ላይ ለምሽት ግብዣዎች አይስክሬም ማቅረብን አክሏል ። ሁልጊዜም ይመስለኝ ነበር - ምናልባትም ሳይንፀባረቅበት የቀረጸው ሀሳብ ሊሆን ይችላል - እሱ በአይስ ክሬሞቹ ውስጥ በዱንያም ሆነ በፔዱዝዚ የማይደረስበት ልዩ ቅዝቃዜን መወርወር የቻለው - ተፎካካሪዎቹ ጣፋጮች ።

ምናልባት እኔ ተቀናቃኝ ማለት የለበትም ፣ ለኤም. የምግብ ቤት ዝርያዎችን ጠብቆ ነበር ፣ ሚ / ር. ከራሱ ግቢ ይልቅ ከሌላ ቦታ ለመወያየት የሚያስችሏቸውን ፍጥረቶች ለማዘጋጀት ራሱን ገድቧል ። ሁለቱም መኳንንት በየራሳቸው መስመር ከፍተኛ ተወዳጅነት ያተረፉ ቢሆኑም በንግድ እግር ኳስ በሚመስሉ ፀጥ ባሉ ጎዳናዎች ባልተጠበቀ ሁኔታ የሚከሰቱትን አንዳንድ ትንንሽ ሱቆች የሚይዙ ነጭ ሽፋን ያላቸው አሮጊቶች እና ሴቶች ለታዳጊው ህዝብ ውበት አልሰጡም ። የማይመሳሰል ነገር ። እነዚህ ሱቆች በተፈጥሮ የታሰቡ አልነበሩም ። ስለእነሱ ድንገተኛ እና ያልተለመደ አየር ነበራቸው ። በግል መኖሪያ ቤት ውስጥ የማይገኝ ፣ እና በሰባቱ ጋለባዎች ቤት ውስጥ የሄፕዚባህ ፒርቼንን የመሰለውን የመሰለ ተመሳሳይ የገንዘብ ድጋፍ ችግር ተስፋ አስቆራጭ እንዳልሆነ አላስታውስም ። በአግድም የተከፋፈለው የጎዳና በር - በበጋው ክፍት ሆኖ የተከፈተው የላይኛው ክፍል - በሺዎች የሚቆጠሩ የቤተሰብ ምሳዎች የዘገየ መዓዛ ወደ ሚያሳስበው ድንገተኛ የደወል ደወል ልብዎን ወደ ሚያዞር ወደ ግል የግል አዳራሽ አመጡልዎ። ከዚያ በፊት በሌላ በር በኩል ቀደም ሲል የፊት ለፊት ክፍል ወደነበረው አልፈዋል ፣ አሁን ግን ጠባብ ፣ ቡናማ ፣ የእንጨት ቆጣሪ እና

ከኋላ በስተጀርባ ባለው ስዕል በተነጠፈ ግድግዳ ላይ የተገነቡ በርካታ ረድፎች ትናንሽ መሳቢያዎች ያሉት ሱቅ ነበር ። በእነዚህ መሳቢያዎች ላይ ያለው ቀለም በተጣራ የናስ ጉብታዎች ዙሪያ ባሉ ክበቦች ውስጥ ጠፍቷል ። እዚህ ላይ የሰው ልጅ የሚፈልገውን እያንዳንዱን ትንሽ ጽሑፍ ተከማችቷል ፣ ከተቃጠለ ኢሚና ትራስ ጀምሮ እስከ ፔፔርሚንት ጊብራልታር - የኋለኛው ዓይነት የአዳማኒን ጣዕመ ፣ እኔ ሳስብበት ማንኛውም ፖርት አፍቃሪ ወንድ ወይም ሴት ልጅ እስከ አሁን ድረስ መድረሱ ያስገረመኛል ። አንድ ጥርስ ሳይሰበር የቀረ አስራ አምስት ዓመት ። የእነዚህ ትናንሽ የኒውክ-ነክ ተቋማት ባለቤቶች በጣም ቆንጆ ፍጥረታት ነበሩ ፣ እንደምንም የተከበሩ ርግቦችን ይጠቁማሉ ። እነሱ ሁል ጊዜ ያረጁ ሴቶች ፣ አንዳንድ ጊዜ እስስትስተርስ ፣ አንዳንድ ጊዜ ደፋር የመርከበኞች ቅርሶች ከረጅም ጊዜ በፊት በባህር ዳር ነበሩ ። እነሱ ሁልጊዜ ጥርት ያለ የሙስሊን ቆብ እና በብረት የተሠሩ መነጽሮች ይለብሱ ነበር; እነሱ ሁል ጊዜም ተወዳጅ አልነበሩም እና ምንም አያስደንቅም ፣ ምክንያቱም ርግቦች እንኳ ራህማታቸው ሊኖራቸው ይችላል ፣ ግን እንደነበሩት ፣ እነሱ በወጣት ልብ ውስጥ የተወደዱ ነበሩ ፣ እና እወስደዋለሁ ፣ ዛሬ የማይቻል ነው።

ወደ ፖርትማውዝ ወደ ኋላ መለስ ብዬ ሳውቅ ፣ በአዳዲስ የእንግሊዝ ከተሞች ውስጥ ለየት ባለ መልኩ መሆን አለበት የሚል ሆኖ ይሰማኛል ። ለምሳሌ በቦታው በእውነቱ ድሆች አልነበሩም ። እያንዳንዱ ሰው የተወሰነ ጥሪ ወይም አላስፈላጊ ሆኖ እንዲያገኝ የሚያስችል ገቢ ነበረው ። ባዶዎች እና ድሆች በቅጽበት ተዘርፈው “በእርሻው” ውስጥ ይሰጡ ነበር። ሆኖም በጋምቤል በተሸፈነ ቤት ውስጥ እዚህ እና እዚያ አንድ ብስባሽ የሆነች አሮጊት ሴት በአየር ላይ የማካቦይ ሳንሱፍ ጥርጣሬ በማሳየት በንጹህ ንጹህ ክፍል ውስጥ ትኖር ነበር - እንደ ምግብ በእርግጥ ፣ እና በእሷ በኩል የጥገኝነት ስሜት አይጨምርም ። በዚህ ሁኔታ ውስጥ ለአንዲት አሮጊት ሴትየዋ የሕይወት ማራዘሚያ ምን ያህል አስደናቂ ነው!

ስለ እነዚያ የጥንት ግድቦች በፍቅር እንደተጠሩ እና ስለ ትዝታዬ የሚነሳሱትን ሌሎች ጥላዎችን ለመምሰል እፈልጋለሁ ፤ ግን ይህ ማለት ከአላማዬ መስመሮች ውጪ መሄድ ነው ፣ ይህም በቀላሉ ቀደም ሲል

ገለል ባሉ በታዎች ላይ እንደ ፖርትስማውዝ ከሚመጡት የተለያዩ ለውጦች መካከል አንዱን ለማመላከት ነው - ያልተለመዱ ባህሪያትን መጥፋት ፣ ወይም ካልሆነ መጥፋት ፣ አጠቃላይ ችላ ማለታቸው ። በአዲሱ እንግሊዝ ውስጥ የትኛውም በታ ያለፈው ታሪክ እየደከመ ነው ። በአዲሶቹ የእንግሊዝ መንገዶች ላይ የሚንሸራተቱ በትንሽ እና በብር ግራጫ ዕድሜ ያላቸው የቤት መንደሮች ውስጥ የቆዩ ጥቂቶች ፣ አስተዋዮች እና የአፈሩ ቆንጆዎች ጥንት ያረጁ ወንዶችና ሴቶች በአጭር ጊዜ ውስጥ እንደ መደብ መኖር ያቆማሉ እንደ ሳራ ጀወትት ወይም ማሪ ዊልኪን ያሉ እንደዚህ ያሉ አስደሳች ዜና ጸሐፊዎች መዝገብ ፣ ርህሩህ በሆነው ገጻቸው ላይ ቀድሞውኑ ራቅ ወዳለ አየር ፣ ለረጅም ጊዜ ተጠብቆ የቆየ የላቫን እና የፔናሮል ድባብ።

አበባ ለመድረስ በማንኛውም መልኩ ልዩ መሆን ማበረታቻ ይጠይቃል ። በነጠላ ነጥቦች መካከል የግንኙነት መገልገያዎች መጨመሩን ፣ የጉምሩክ እና የአስተሳሰብ መለዋወጥ በየአስር ዓመቱ ይህን ማበረታቻ ይበልጥ አስቸጋሪ እና አስቸጋሪ ያደርገዋል ። በተፈጥሮው ዝንባሌ ያለው ሥነ-ምህዳሩ የእርሱን ጠንካራ ከሚሆንበት ትልቅ ዓለም ጋር በማያሻማ ጥርት ብሎ የጠፋውን ሹል መስመሩን ያገኛል ። ለአዳዲስ ሀሳቦች ቅርፃቅርፅ እራሱ እራሱ ያበድራል ። የሚቀለበስ ሻንጣዎቹን እና የወረቀት ቀለበቶቹን ከካምብሪጅ ፣ ማሳቹሴትስ ፣ ሻካራነቱ ውስጥ ባለው እስካቢዩስ ውስጥ ከሜክሲኮ እና ከላጣው ሁሉ ያገኛል ። እሱ ጎዶሎ በትር ሁኔታ ውጭ አል ል; እሱ አምሳያ መሆን አቁሟል; እሱ ከእንግዲህ የተለየ አይደለም; እሱ በቀላሉ አማካይ ሰው ነው ።

www.ingramcontent.com/pod-product-compliance
Ingram Content Group UK Ltd.
Pitfield, Milton Keynes, MK11 3LW, UK
UKHW020137250726
13967UKWH00002B/720